പൂർണ്ണ

2023

അനിൽ കാഞ്ഞിലശ്ശേരി

കോഴിക്കോട് ജില്ലയിൽ ജനനം. ആർടിസ്റ്റ് നാരായണൻനായരുടെയും ഇരുവിലാടത്ത് രാധാമ്മയുടെയും മകൻ. ഭാര്യ: ജയശ്രീ. ടി. (ജി.എസ്.ടി ഡിപ്പാർട്ട്മെന്റ്) മകൾ: ആർദ്ര അനിൽ (അദ്ധ്യാപനം) മരുമകൻ വിഭവ് ദാമോദർ (അദ്ധ്യാപനം). വിലാസം: ചിത്രലേഖ, പി.ഒ തുവ്വക്കോട്, ചേമഞ്ചേരി. മൊബൈൽ: 9446088553

കഥകൾ

അനിൽ കാഞ്ഞിലശ്ശേരി

ഹൊസ്സനഹള്ളിയിലെ വേനൽമഴ

പൂർണ്ണ പബ്ലിക്കേഷൻസ്, കോഴിക്കോട്
കോഴിക്കോട് ▪ കല്പറ്റ ▪ തിരുവനന്തപുരം

Poorna Publications

Hossanahalliyile venalmazha
Stories
Anil Kanhilassery

Malayalam
First Edition: January 2023

Cover design: Third Eye
Cover Illustration: Artist Suresh Unni

Typesetting: Poorna Clt.

ISBN: 978-81-300-2601-5
9952(1-2023) 413.I.0.e

An imprint of Evolve Publication

Published by:
POORNA PUBLICATIONS, KOZHIKODE
TBS Building, G.H. Road, Kozhikode-673001
Ph: 0495-2720085, 2720086, 2721025

Branches:**Kalpetta** 04936-203842
Thiruvananthapuram 0471-2570504

e-mail:tbsbook@gmail.com
Online Bookstore: www.tbsbook.com

"ഈ ലോകം അടിസ്ഥാനപരമായി രാഷ്ട്രീയ സ്വഭാവമുള്ളതാണ്.... മനുഷ്യൻ ചരിത്രത്തിന്റെയോ രാഷ്ട്രീയത്തിന്റെയോ ഇരയാണ്"

- കെ.പി. അപ്പൻ

മുന്നുര

വീണ്ടും കഥകളെഴുതാൻ എപ്പോഴാണ് ആഗ്രഹിച്ചത്.... കീഴ്പ്പെടുത്തിയ ഇരയെ വേട്ടക്കാരൻ വീണ്ടും അക്രമിക്കാറില്ല, അത് തന്റെ പ്രിയ ഭക്ഷണമാണെന്ന് കരുതി മാനിക്കും. ആ നീതിപോലും ലഭിക്കാതിരുന്ന കാലം! ഏകാന്തതയുടെ ശൂന്യവലയം എന്നെ നിസ്സാരനാക്കി. സ്വന്തം അവയവം പോലെ സൂക്ഷിച്ചിരുന്ന പലതും കൈമോശം വന്നു.

വെട്ടിക്കീറിയശേഷം തുന്നിച്ചേർക്കപ്പെട്ട ജഡം ഭയത്തോടെ നോക്കി നിന്ന ഒരു ആറാം ക്ലാസുകാരനെ ഞാനോർത്തു. "മൗനത്തിന്റെ എതിർ പദമാണോ ശബ്ദം...." കാലം വീണ്ടും എന്നെ പുതുക്കിപ്പണിതു. സ്വപ്നാടനം മാറ്റിവെച്ച് ഞാൻ ഒരുപാട് വർഷങ്ങൾക്കുശേഷം അടുക്കളമുറ്റത്തെ കിണറിൽ നിന്നും വെള്ളം കോരി തലയിലൊഴിച്ചു. വീണ്ടും വരയ്ക്കാനായിരുന്നു ആഗ്രഹിച്ചിരുന്നത്. രേഖാചിത്രം പൂർത്തീകരിക്കും മുന്നേ മനസ്സ് എവിടേക്കോ പറന്നുപോയി.

ഒടുക്കം ആത്മാംശം ഭാഗികമായി കലർന്ന കഥ ഒറ്റ രാത്രികൊണ്ടെഴുതി. ആ കഥ ഈ സമാഹാരത്തിലുണ്ട്. എന്നാൽ അതിന്റെ വഴിത്തിരിവിനോട് നീതി പുലർത്താൻ എനിക്ക് ഇതുവരെയും കഴിഞ്ഞിട്ടില്ല. എന്നെ പഠിപ്പിച്ചതും ഞാൻ അനുഭവങ്ങളിലൂടെ പഠിച്ചതുമാണ് എന്റെ ദർശനം.

കഥയെഴുത്തും ചിത്രംവരയും ഒരിക്കലും എന്റെ ദിനചര്യ ആയിരുന്നില്ല, അത് അങ്ങനെ തന്നെ തുടരുമായിരിക്കും. എൺപത്തിയഞ്ചിലാണ് യൂണിവേഴ്സൽ ആർട്സിൽ നിന്ന് ചിത്രകല അഭ്യസിച്ച് പുറത്തിറങ്ങിയത്. ഒരിക്കലും മനസിനെ സൂക്ഷ്മമായി എവിടെയെങ്കിലും തളച്ചിടാൻ എനിക്ക് കഴിഞ്ഞിരുന്നില്ല. ഒരു പക്ഷേ, എന്റെ പരാജയത്തിന്റെ തുടക്കം അവിടുന്നായിരിക്കണം.

ഓയിൽ കളറിൽ ലിംസ്ഡ് ഓയിൽ കലർത്തുമ്പോൾ ഉണ്ടാകുന്ന ഒരു പ്രത്യേക ഗന്ധവും, നീലയും ചുവപ്പും മഞ്ഞയും കറുപ്പും നിറങ്ങൾ തനത് അവസ്ഥയിലോ അല്ലെങ്കിൽ പരസ്പരം ലയിച്ചോ കിടന്ന ചായപ്പലകയും കുഞ്ഞുന്നാളിൽ എന്റെ കൗതുകമായിരുന്നു. അച്ഛൻ അന്ന് അധികവും വരച്ചിരുന്നത് പോർട്രെയ്റ്റുകളായിരുന്നു. സമ്പന്നമായ തറവാടുകളിലെ കാലം ചെയ്തവരുടെ പടങ്ങൾ.... അതിനു നല്ല പ്രതിഫലം ലഭിക്കാറുണ്ടെന്ന് അച്ഛൻ, അമ്മയോട് ഒരിക്കൽ പറഞ്ഞത് മായാതെ ഇന്നും മനസ്സിൽ കിടക്കുന്നു.

അമ്പതുകളുടെ അവസാനത്തിലും അറുപതുകളുടെ തുടക്കത്തിലും മലയാളസിനിമയുടെ ഛായാഗ്രഹണം സാങ്കേതികമായി വളരാത്ത കാലത്ത്, പുറംവാതിൽ ചിത്രീകരണത്തിന് വേണ്ടി കൂറ്റൻ കാൻവാസുകളിൽ കാടുകളും താഴ്വരകളും ഗ്രാമങ്ങളുമൊക്കെ വരച്ച് അതിന് സർഗാത്മകതകൊണ്ട് ജീവൻ നൽകി ഉപജീവനം നടത്തിയിരുന്ന മദിരാശിയിലെ ഏതാനും ചിത്രകാരൻമാരിൽ ഒരാളായിരുന്നു എന്റെ അച്ഛൻ... എന്നിട്ടും....

"പ്രിയസുഹൃത്തേ, വിവാഹത്തിന്, തിരക്ക് കാരണം അത്രയും ദൂരം സഞ്ചരിക്കാൻ വയ്യെന്ന് അറിയാമല്ലോ. വിവാഹമംഗളാശംസകൾ നേരുന്നു...." എന്ന് പി. ഭാസ്കരനും രാമു കാര്യാട്ടും സ്വന്തം കൈപ്പടയിൽ എഴുതിയ കാർഡുകൾ അമ്മ കുറെ കാലം നിധിപോലെ സൂക്ഷിച്ചിരുന്നു. ജീവിച്ചിരുന്നപ്പോൾ അവരിൽ ഒരാളെയെങ്കിലും ചെന്നുകണ്ട് ഞാൻ ആർടിസ്റ്റ് നാരായണൻ നായരുടെ മകനാണ് എന്ന് പറയാൻ എന്തുകൊണ്ടോ കഴിഞ്ഞില്ല.

വിഖ്യാതചിത്രകാരൻ വിൻസെന്റ് വാൻഗോഗിന്റെ ആരാധകനായിരുന്നു അച്ഛൻ. അമ്പത് വയസ് തികയും മുമ്പേ വാൻഗോഗിന്റെ വഴി തിരഞ്ഞെടുത്ത് അച്ഛൻ സ്വയം ജീവിതം അവസാനിപ്പിച്ചു. അച്ഛൻ വരച്ചിരുന്ന ചിത്രങ്ങൾക്ക് ഫ്യൂജിയുടെ പുതിയ തലമുറയിൽപ്പെട്ട "എക്സ് ടി[5]" ക്യാമറയുടെ റിസൾട്ടിനെക്കാളും കൃത്യതയും നിഴലുകളുടെയും വെളിച്ചത്തിന്റെയും പ്രതിഫലനവുമുണ്ടായിരുന്നു.

ജൈവീകമായി ലഭിച്ച ഒരു സിദ്ധി എന്തുകൊണ്ടാണ് എനിക്ക് വളർത്തിയെടുക്കാൻ കഴിയാതെപോയത്...? എൺപത്തഞ്ചിലാണ് എന്റെ കഥ അച്ചടിമഷി കണ്ടത്. "ജനയുഗം" പത്രത്തിന്റെ വാരാന്ത്യപ്പതിപ്പിൽ ഇ. അനിൽകുമാർ എന്ന പേരിൽ "മലമുകളിലെ മരണങ്ങൾ" എന്ന കഥ പുറത്തുവന്നു. പിന്നീട് "മാതൃഭൂമി" ആഴ്ചപ്പതിപ്പിലും "ദേശാഭിമാനി" വാരികയിലും യുവപംക്തിയിൽ നാല് കഥകൾ... മുഖ്യധാരാ വിഭാഗത്തിൽ ഒരു കഥ "ദേശാഭിമാനി" വാരിക തെരഞ്ഞെടുത്തു.

"വിപ്ലവം വസന്തത്തിന്റെ ഇടിമുഴക്കങ്ങളാണ്", വിപ്ലവത്തെ പ്രണയിച്ചു, അതിന്റെ കുത്തൊഴുക്കിൽ ഒരുപാട് വർഷങ്ങൾ.... തിരക്കിൽ എഴുത്തും വരയും എന്നെയും ഞാൻ അവയെയും ഉപേക്ഷിച്ചു. മനസിന്റെ ഏകാഗ്രതയും ക്ഷമയും നഷ്ടപ്പെട്ടവന് അതിന് കഴിഞ്ഞില്ല എന്ന് പറയുന്നതാവും ശരി. നഷ്ടപ്പെട്ട സമയത്തെക്കുറിച്ച് ഓർത്ത് ഇന്ന് വിലപിക്കുന്നില്ല, വർത്തമാന കാലത്തിനാണ് പ്രസക്തി.

ശവങ്ങളുടെ അഴുകിയ ഗന്ധം വഹിച്ചെത്തിയ ശീതക്കാറ്റ് മൗനത്തിൽ ആണ്ടുപോയ ഭീഷ്മരെ ശരശയ്യയിൽ നിന്ന് ഉണർത്തി. "കർണ്ണാ, നിനക്ക് ഇനിയും ഉചിതമായ തീരുമാനമെടുക്കാൻ സമയമുണ്ട്, കാലം നിന്റെ

ജീവിതം സ്വർണലിപികളാൽ എഴുതിവെക്കും. ചരിത്രം നിന്റെ മുന്നിൽ ഗതിമാറി ഒഴുകും. മനുഷ്യരും വളർത്തുമൃഗങ്ങളും ചത്തൊടുങ്ങുന്ന ഈ നശിച്ച യുദ്ധം ഒന്നവസാനിക്കട്ടെ".

കഥാപാത്രങ്ങൾക്ക് സ്വയം സംസാരിക്കാനോ ചിരിക്കാനോ കരയാനോ തീരുമാനങ്ങളെടുക്കാനോ കഴിയുമായിരുന്നില്ല. അല്ലായിരുന്നെങ്കിൽ ഒരിക്കലെങ്കിലും നഷ്ടപ്പെടുത്തിയതിനെക്കുറിച്ചോർത്ത് കർണ്ണൻ വൃഷാലിയോടെങ്കിലും മനസ് തുറക്കുമായിരുന്നില്ലേ...? പാപങ്ങൾ ചെയ്തിട്ടുണ്ടെങ്കിൽ അത് എന്നെക്കൊണ്ട് ചെയ്യിച്ചതായിരുന്നില്ലേ? എന്ന് പറഞ്ഞേനെ... വീരമൃത്യുവിന് ശേഷം തന്നിൽ വന്നുചേരുന്ന മഹത്വത്തെക്കുറിച്ചോർത്ത് ഒന്നുറക്കെ ചിരിക്കുമായിരുന്നില്ലേ...?

ആവിഷ്കാരത്തിന് മൗലികമായ ഒരു തലമുണ്ട്. എഴുതിത്തുടങ്ങിയപ്പോൾ കഥാപാത്രങ്ങൾ എന്നെ വലിച്ച് എവിടേക്കെല്ലാമോ കൊണ്ടുപോയി. കഥ വായിച്ച് എന്നെ പ്രോത്സാഹിപ്പിച്ചവരോടും വീണ്ടും കഥകളെഴുതാൻ പറഞ്ഞവരോടും ഞാൻ കടപ്പെട്ടിരിക്കുന്നു. പിന്നീട് കഥകളെഴുതാൻ അത് കരുത്തേകിയിട്ടുണ്ട്. ഈ സമാഹാരത്തിലെ രണ്ടു കഥകൾ ദേശാഭിമാനി വാരികയിൽ അച്ചടിച്ചുവന്നിട്ടുണ്ട്.

പുസ്തകം പ്രസിദ്ധീകരിക്കാൻ തയ്യാറായ പൂർണ പബ്ലിക്കേഷനോടുള്ള കടപ്പാട് നിസ്സീമമാണ്.

അനിൽ കാഞ്ഞിലശ്ശേരി

അകാലത്തിൽ പൊലിഞ്ഞുപോയ പ്രിയപ്പെട്ട അച്ഛന്....

ഉള്ളടക്കം

പന്നിക്കൂട്ടങ്ങൾ

കൂപ്പിൽ ഇരുൾ പരന്ന് തുടങ്ങിയപ്പോഴാണ് റെയിഞ്ചർ പണി നിർത്താൻ അനുവദിച്ചത്. പകൽ മുഴുവൻ വനംവകുപ്പിന്റെ കൂപ്പിൽ അടിക്കാട് വെട്ടൽ; രാത്രി ഉണ്ണിനമ്പീശന്റെ നെല്ലിന് കാവൽ. എങ്കിലും ചോമൻ ബാങ്കിന്റെ കടക്കെണിയിൽ നിന്നും മോചിതനായിട്ടില്ല.

വിശപ്പിനോടും ദാരിദ്ര്യത്തോടും പൊരുത്തപ്പെട്ട് അലസജീവിതം നയിക്കുന്ന സാധാരണ അടിയരെപ്പോലെയല്ല ചോമൻ. ഏഴാം ക്ലാസ് വരെ പഠിച്ചു. തുടർന്ന് പഠിക്കാൻ കഴിയാതെ വന്നപ്പോൾ ആദ്യം കാലി കളെ മേച്ചു. പിന്നീട് കൃഷിപ്പണി. കൃഷിപ്പണി കുറയുമ്പോൾ കൂപ്പുകളിലെ പണി. ഏത് ജോലിയും വൃത്തിയിലും വെടിപ്പിലും ചെയ്യും. നെല്ലിന് ഉറങ്ങാതെ കാവലിരിക്കാൻ ചോമനെപ്പോലെ ഒരു അടിയൻ വേറെ ഇല്ലെന്നാണ് കൃഷിക്കാരുടെ അഭിപ്രായം.

കൂപ്പിൽനിന്നും മുൾച്ചെടികൾ വാറി കണങ്കാലിനു താഴെ മുറിഞ്ഞ് ചോര പൊടിഞ്ഞിട്ടുണ്ട്. അരുവിയിലെ തണുത്ത വെള്ളത്തിൽ ഇറങ്ങി യപ്പോൾ നീറ്റൽ ഉണ്ടായി. കാലും മുഖവും കഴുകി ധൃതിയിൽ നടന്നു. ഇന്ന് കാവൽക്കൂലി ചോദിക്കണം. ഒരാഴ്ചത്തെ കൂലി പലകാരണങ്ങളും പറഞ്ഞ് തരാതെ വെച്ചിരിക്കുകയാണ്. വയലുകൾ അധികവും കൃഷി ചെയ്യാതെ തരിശിട്ടിരിക്കുന്നു. ചിലർ വാഴക്കൃഷിയിലും ഇഞ്ചിയിലും ഭാഗ്യം പരീക്ഷിക്കുന്നു. നെല്ലിന്റെ നാട്ടിൽനിന്നും കർഷകർ കൃഷി നഷ്ടമാണെന്ന് പറഞ്ഞ് പിൻവാങ്ങുമ്പോൾ, പിശുക്കനാണെങ്കിലും ഉണ്ണി നമ്പീശനെപോലെ വിരലിൽ എണ്ണാവുന്നവർ മാത്രമാണ് ഈ വർഷവും കൃഷിചെയ്യാൻ ധൈര്യപ്പെട്ടത്.

"എന്താടോ നീ ഇന്ന് വൈകിയത്.....? ഇരുട്ട് വീണാൽ പന്നിയി റങ്ങും. നെൽകൃഷി വിഡ്ഢിത്തമാണെന്ന് സകലരും പറഞ്ഞ്.. കാരണ വൻമാരുടെ കാലത്ത് തുടങ്ങിയത് ഞാനായിട്ട് മുടക്കേണ്ടതില്ലല്ലോ എന്ന് കരുതിയാ..... നീയൊക്കെ അത് മുടിക്കും...." കേട്ട് തഴമ്പിച്ച ആക്ഷേപങ്ങൾ കേട്ട് ചോമന് ജാള്യമോ അമർഷമോ തോന്നിയില്ല. രാത്രി കഴിക്കാൻ വേണ്ടി വാട്ടിയ ഇലയിൽ ചോറ് പൊതിഞ്ഞെടുത്തു. എന്നിട്ട് തോർത്തിൽ കെട്ടി മുറ്റത്ത് തന്നെ അനങ്ങാതെ നിന്നപ്പോൾ ഉണ്ണി നമ്പീശൻ ശബ്ദമുയർത്തി ചോദിച്ചു. "എന്താടോ നീ പോണില്ല്യേ....?"

"കൂലി കിട്ടാനുണ്ട്......." ചോമൻ തലചൊറിഞ്ഞ് ശബ്ദം താഴ്ത്തി പറഞ്ഞു.

"നാളെ എടുക്കാം..... ഇവടത്തെ ചെലവിന് തന്നെ പണം തികയണില്ല....."

"ഉണ്ണ്യേട്ടാ... നാളെ തിങ്കളാഴ്ചയാണ്. ബാങ്കിൽ അടക്കണം."

"ചോമാ നീ പോ... എന്റെ ഗോപീടെ ഹോസ്റ്റൽ ഫീസ് വരെ ഈ മാസം കൊടുത്തിട്ടില്ല. ഇന്നാട്ടിൽ ആരുടെ കയ്യിലാടോ കാശുള്ളത്... കൊയ്ത് കഴിയട്ടെ, എന്നിറ്റ് എടുക്കാം...."

"എനിക്ക് കൊറച്ച് നെല്ലായാലും മതി... ആലിമാപ്ല ഇനി ഒന്നും പീട്യേന്ന് കടം തരില്ല... "

"നെല്ല്.... എന്റെ പത്തായത്തിലിപ്പം എലി പെറ്റ് കിടക്കാ.... കഴിഞ്ഞ കൊല്ലം കൃഷി ചെയ്തു. ആർക്ക് മെച്ചം.. കാശ് മുടക്കിയ ഞങ്ങൾക്കല്ല. നിന്നെപ്പോലെ കുറെ എണ്ണത്തിന് കൂലി കിട്ടി. പിന്നെ കിളികൾക്കും പന്നികൾക്കും...."

ഉണ്ണിനമ്പീശൻ അകത്ത് കയറി വാതിലടച്ചു. കൽപ്പടവുകൾ ഇറങ്ങുമ്പോൾ കാൽതെറ്റി ഒന്നാമത്തെ പടവിൽനിന്നും ചോമൻ വയലിലേക്ക് വീണു. വർഷങ്ങളായി കൃത്യതയോടെ ഇറങ്ങിയ പടവുകൾ എങ്ങനെയാണ് തെറ്റിയത്. രോഷവും വിശപ്പും കൂടി കണ്ണുകളിൽ ഇരുട്ട് പരത്തിയതാവാം. അരയിൽ കെട്ടിവെച്ച ചോറ് നിലത്ത് വീണു ചിതറി. കൊടുവാൾ ദൂരേക്ക് തെറിച്ചുവീണത് ഭാഗ്യം. ഇന്ന് പട്ടിണി കിടന്ന് നെല്ലിന് കാവലിരിക്കണം. കൂപ്പിൽനിന്ന് ഉച്ചയ്ക്ക് കഴിച്ച കപ്പയും കഞ്ഞിയും ചമ്മന്തിയുമാണ് വയറ്റിൽ. മഞ്ഞ് വീണ് നനഞ്ഞ വയൽ വരമ്പിലൂടെ ചോമൻ ധൃതിയിൽ നടന്നു. മുമ്പ് എല്ലാ വയലുകളിലും കൃഷി ഉണ്ടായിരുന്നു. ഒന്ന് കൂക്കിയാൽ അടുത്ത പന്തലിൽനിന്നും മറുപടി കേൾക്കാം. തരിശിട്ടതും, വാഴക്കൃഷി ചെയ്തതുമായ വയലുകൾക്കപ്പുറമാണ് ഉണ്ണിനമ്പീശന്റെ വയൽ. ഇടതൂർന്ന കാടുകൾകൊണ്ട് സമ്പന്നമായ കമ്പമലയും കരിമലയും ഇവിടെ സംഗമിക്കുന്നു. വയലുകൾക്ക് അതിർത്തിയിട്ട് ഒഴുകുന്ന കാളിന്ദിപ്പുഴ. പുത്തനെല്ലിന്റെ മണം പിടിച്ച് മദിച്ചിരിക്കുന്ന ആനകൾ, പകൽ കണ്ണ് വെച്ച് അവസരം പാർത്തിരിക്കുന്ന പന്നികൾ-ഒരു കതിരുപോലും അവറ്റകൾ തിന്നാൽ പിന്നെ കാവൽപണിക്ക് ആരും വിളിക്കില്ല.

കഴിഞ്ഞ മേടത്തിലെ കാക്കപ്പുലയ്ക്ക് വടക്ക് മൺട്രത്തിലെ* മൂപ്പൻ ബെള്ളി ഉറഞ്ഞ് തുള്ളി കല്പിച്ചത് അത്രയും സംഭവിക്കുകയാണോ?

കാടും നാടും മുടിയും, അടിയരുടെ കുലം ചത്തൊടുങ്ങും.... കാട്ടിലിപ്പോൾ കിഴങ്ങുകൾ കിളിർക്കാറില്ല. നെല്ലിയും പുളിയും പൂക്കും മുമ്പേ കൊഴിഞ്ഞ് തീരുന്നു. ചക്കയുടെയും മാങ്ങയുടെയും നല്ലകാലം ഇനി ഓർമ്മയിൽ മാത്രം. ഋതുഭേദങ്ങൾ തെറ്റിവരുന്ന മഴയും വെയിലും മഞ്ഞും എല്ലാം നശിപ്പിച്ചു.

കാവൽപ്പന്തലിന് മുകളിലേക്ക് ചോമൻ പതിവിലും ശ്രദ്ധിച്ച് കയറി. പന്തലിൽ പാകി വിരിഞ്ഞിട്ട മുളകൾ കരഞ്ഞു. വിറക് കൊള്ളികൾക്ക് തീ കൊളുത്താൻ നന്നായി പണിപ്പെട്ടു. മഞ്ഞിൽ കുതിർന്ന ചില്ലകളിൽ തീ പിടിക്കാൻ മണ്ണെണ്ണക്കുപ്പിയിൽ അവശേഷിച്ചത് മുഴുവൻ ചെലവായി. കമ്പമലയിൽ നിന്നും ചീറിവന്ന ഈറൻകാറ്റ് പന്തലിനെ ഇളക്കി കടന്നുപോയി. ചോമന് ഭയം തോന്നി. അടുത്തെങ്ങും കാവൽ പന്തലുകളില്ല. ദൂരെ കേശുമാരാരുടെ വയലിൽ കരിയനും അവന്റെ മകനും ഒരുമിച്ചാണ് കാവലിരിക്കുന്നത്.

മലദൈവങ്ങളെയും കാരണവൻമാരെയും മനമുരുകി പ്രാർത്ഥിച്ചു. ഒരു മണിനെല്ലും കളയാതെ കാത്ത് കൊള്ളേണമേ.... വിറക് കൊള്ളികൾ കത്തി തുടങ്ങിയപ്പോൾ അടുപ്പിലേക്ക് ചായപാത്രം എടുത്തുവെച്ചു. വയൽവരമ്പിലൂടെ ഇളകിവരുന്ന വെളിച്ചത്തിന്റെ ഉടമസ്ഥൻ ആരാണ്? ചോമന്റെ ക്ഷീണിച്ച കണ്ണുകൾ നേർത്ത ഇരുട്ടിലേക്ക് ആണ്ടിറങ്ങി. നായാട്ടുകാരൻ തോമസ്സോ, റപ്പായി ചേട്ടനോ ആയിരിക്കും. മറ്റാർക്കും ഈ രാത്രിയിൽ തനിച്ച് ഇറങ്ങി നടക്കാൻ ധൈര്യം കാണില്ല. ആകാംക്ഷ പെരുക്കും മുമ്പെ ചോമന്റെ മുഖത്തേക്ക് വെളിച്ചം പതിഞ്ഞു.

“ചോമാ... വഴിയിൽ ഒരു ആനച്ചൂര് കിട്ടി. നീ സൂക്ഷിച്ചോണം.... ”

“റപ്പായിച്ചേട്ടാ... ഇന്നലെ മൂലക്കണ്ടത്തിൽ ഇറങ്ങി. കുറെ പടക്കം പൊട്ടിച്ചപ്പം കയറിപ്പോയി.....”

“വയലിൽ പന്നി ഇറങ്ങുന്നുണ്ടോ....?”

“അയിന്റെ കളിയല്ലേപ്പ ഇബ്ടെ....”

റപ്പായിയുടെ സർച്ച് ലൈറ്റ് ഇരുട്ടിൽ വിള്ളലുകൾ സൃഷ്ടിച്ച് ഇരുട്ടിൽ തന്നെ ലയിച്ചു ചേർന്നു. തണുപ്പ് പെരുവിരൽ മുതൽ തലവരെ അരിച്ച് കയറി. വിശപ്പ് മുരളുകയും മാന്തുകയും ചെയ്തു. ചായപ്പാത്രത്തിലെ തിളച്ച വെള്ളത്തിൽ ചായപ്പൊടിയിട്ട് ഇളക്കി. രാത്രി കാവലിന് പട്ടിണി ഇരിക്കുന്നത് ആദ്യമാണ്. വയൽക്കരയിലെ പൊന്തക്കാടുകൾ ഇളകി. ചോമൻ ടോർച്ച് തെളിയിച്ചപ്പോൾ ഒരു കൂറ്റൻ പന്നി. അത് ആർത്തിയോടെ കതിരുകളെ നോക്കുന്നു. ഒന്നാമത്തെ പടക്കം കൊടും നിശബ്ദ

തയ്ക്ക് ഭംഗം വരുത്തി. രണ്ടാമത്തേതിന് തീ കൊളുത്തും മുമ്പെ അത് പൊന്തകളിലേക്ക് തന്നെ മറഞ്ഞു.

പന്നികൾക്ക് തിന്നാൻ വേണ്ടി അല്ല ഉണ്ണിനമ്പീശൻ കാശിറക്കി കൃഷി ചെയ്യുന്നത്. നെല്ല് വിറ്റ് കിട്ടുന്ന കാശിന്റെ ചെറിയൊരു പങ്ക് തനിക്കും കിട്ടുമല്ലോ അത് മതി. ചോമൻ കാതുകൾ കൂർപ്പിച്ചിരുന്നു. കാട്ടിൽ പക്ഷികൾ തണുപ്പ് സഹിക്കാൻ വയ്യാതെ ഒച്ചവെച്ചു. കാളിന്ദി പാറക്കെട്ടുകളിൽ വീണുടഞ്ഞ് ഒഴുകുന്ന ശബ്ദം കനത്തുവന്നു. ചെറു മരക്കൊമ്പുകൾ പൊട്ടിച്ചെടുത്ത് കാലുകളിൽ തല്ലിയൊടിച്ച് സർവ്വതി നേയും നശിപ്പിക്കാനുള്ള പകയുമായി അവൻ കാടിറങ്ങി വരുന്നുണ്ടോ?

കാവൽപ്പന്തലിന്റെ മുതുക്കൻ മുളയിൽ ചാരി വയലുകളിലേക്ക് കണ്ണ് നട്ടിരുന്ന ചോമൻ എപ്പോഴാണ് ഒന്ന് മയങ്ങിയത്.

"ചോമാ...."

മലദൈവങ്ങളോ.... പേയികളോ*.... ചത്തുപോയ മൂപ്പൻ പോരുമൻ കാളനോ.... ശബ്ദത്തിന്റെ ഉടമസ്ഥൻ ആരാണ്......? ചോമന്റെ അന്ധാളിപ്പ് വർദ്ധിച്ചു.

"ചോമാ... നിനക്ക് വിശക്കുന്നുണ്ടല്ലേ....?"

"അതെ..."

"നീ എന്തിനാണ് വിശപ്പ് സഹിച്ച് കാവലിരിക്കുന്നത്?"

"ജീവിക്കാൻ... എനിക്കും റാട്ടിക്കും* കുഞ്ഞുങ്ങൾക്കും....."

"എന്നിട്ട് നിനക്ക് ജീവിക്കാൻ കഴിയുന്നുണ്ടോ?"

"കാണി*"

"ചോമാ ഈ ഭൂമി സകല ജീവജാലങ്ങൾക്കും വേണ്ടിയാണ് സൃഷ്ടിച്ചിട്ടുള്ളത്. പറവകൾ, ഉരഗങ്ങൾ, മത്സ്യങ്ങൾ, മറ്റു ജന്തുക്കൾ.... എല്ലാം ഈ ഭൂമിയുടെ നേരവകാശികളാണ്. അവസാനമാണ് മനുഷ്യനുണ്ടായത്. പിന്നീട് രാജ്യങ്ങളും ഭാഷകളും മതങ്ങളും ദൈവങ്ങളുമുണ്ടായി.

"ചോമാ... നിന്നെപ്പോലെ ഈ പന്നികൾക്കും വിശക്കുന്നു. വിശപ്പ് ഭക്ഷണം കഴിക്കാതെ ശമിപ്പിക്കാൻ കഴിയുമോ....."

വയലുകൾ നിലാവിന്റെ വെളിച്ചത്തിൽ പകലെന്നപോലെ തെളിഞ്ഞു. പാലുറച്ച കതിരുകൾ കാറ്റിൽ ഇളകിയാടി. കാട്ടുപൊന്തകളിൽനിന്നും

ചാരനിറമുള്ള രണ്ട് പന്നികളാണ് ആദ്യം വയലിലേക്ക് ഇറങ്ങിയത്. പിന്നീട് ഒന്നിന് പിറകെ ഒന്നായി പന്നികൾ മുക്രയിട്ട് വയലുകളിലേക്ക് ചാടിയിറങ്ങി. പന്നികളുടെ കൂട്ടങ്ങൾ പെരുകി, അതിൽ കുഞ്ഞുങ്ങളും അമ്മമാരും കുറ്റന്മാരുമുണ്ട്, അവ വയലുകൾ യഥേഷ്ടം തിരഞ്ഞെടുത്ത് തീറ്റ തുടങ്ങി. ചോമനല്ല ഈ നാട്ടിൽ ആരും ജീവിതത്തിൽ ഇത്രയേറെ പന്നികളെ ഇതിനുമുമ്പ് കണ്ടിട്ടുണ്ടാവില്ല. പന്നിക്കൂട്ടങ്ങൾ താളത്തിൽ മുക്രയിട്ട് വാശിയോടെ വയലുകളെ കീഴടക്കി. അത്ഭുതക്കാഴ്ചയിൽനിന്നും ചോമൻ സ്വബോധം വീണ്ടെടുത്ത് പടക്കത്തിന് തീ കൊളുത്തി വലിച്ചെറിഞ്ഞു. പടക്കങ്ങൾ വയലിലെ നനഞ്ഞ മണ്ണിൽ വീണതല്ലാതെ പൊട്ടിയില്ല. പന്തലിന് തൊട്ടു താഴെയുള്ള വയലിൽ നിന്നും കൂറ്റൻ പന്നി ചോമനെ പരിഹാസത്തോടെ തുറിച്ചുനോക്കി മുക്രയിട്ടു. യുദ്ധത്തിൽ പരാജയപ്പെട്ട യോദ്ധാവിനെപ്പോലെ ചോമൻ പന്തലിൽ മലർന്ന് കിടന്നു. ആകാശപരപ്പിൽ നേർത്ത മേഘപാളികൾക്കിടയിൽ ഒളിച്ചുകളിക്കുന്ന ചന്ദ്രൻ ചോമനെ നോക്കിച്ചിരിച്ചു. തന്റെ കീറൻ കമ്പിളി മുഖത്തേയ്ക്ക് വലിച്ചിട്ട് ചോമൻ സ്വസ്ഥതയോടെ ഉറങ്ങി.

**വടക്ക് മൺട്രം - വടക്ക് ദേശം*

**പേയികൾ = പിശാച്*

**റാട്ടി = ഭാര്യ*

**കാണി = ഇല്ല*

പ്രവാചകന്റെ വഴി

മജീദ് താമസിക്കുന്ന കാപ്പിത്തോട്ടത്തിലെ ഷെഡ്ഡിൽനിന്നും ആലി മുസ്ല്യാർ അവനെ വിളിച്ചിറക്കി നടക്കാൻ തുടങ്ങി. രാത്രി എത്രയിരുട്ടിയെന്നോ എവിടേക്കാണ് പോവുന്നതെന്നോ അവൻ അന്വേഷിച്ചില്ല. ആലിമുസ്ല്യാർ ടോർച്ച് മുന്നോട്ടുനീട്ടി തെളിയിച്ചാണ് നടക്കുന്നത്. അയാൾക്ക് തൊട്ടുപിറകിൽ മജീദ് നിശബ്ദനായി നടന്നു.

മേടമാസത്തിലെ കനത്ത വേനലിൽ കാപ്പിച്ചെടികൾ മെലിഞ്ഞ് ഉണങ്ങിയിരിക്കുന്നു. അടിക്കാടും ചപ്പും വെട്ടി ചാണകവും വെണ്ണീരും ചേർത്തി വളമിട്ട് കാപ്പിച്ചെടികൾ നനയ്ക്കേണ്ട സമയമാണിത്. ആറര ഏക്കറിൽ അധികം വരുന്ന തോട്ടത്തിൽ കൂടുതലായി കൃഷിചെയ്യുന്നത് കാപ്പിയാണ്. രണ്ടേക്കറിൽ താഴെ കുരുമുളക് വള്ളികൾ സിൽവർ ഓക്കിലും പ്ലാവിലും ചുറ്റിവളർത്തിയിട്ടുണ്ട്. സമയബന്ധിതമായ വളം ചേർക്കലും നനയ്ക്കലും കൃത്യമായി നടക്കാറുണ്ടോ എന്ന് ഉടമയായ മാധവൻ നമ്പ്യാർ മജീദിനോട് അന്വേഷിക്കാറില്ല. ഏറ്റവും അവസാനമായി അയാൾ തോട്ടം സന്ദർശിക്കാൻ വന്നത് എട്ട് മാസങ്ങൾക്ക് മുമ്പാണ്,. കാപ്പിയും മുളകും വിറ്റ് കിട്ടിയ പണം സഹകരണബാങ്ക് ശാഖയിൽ നിന്നും പിൻവലിച്ച്, മജീദിന് ചെലവിനുള്ള കാശും, തോട്ടപ്പണിക്കാരുടെ കൂലിയും മറ്റ് ആവശ്യങ്ങൾക്കുള്ള പണവും കൊടുത്ത് തിരിച്ചു പോയി.

കീരിപ്പററ കുന്നിന്റെ തെക്കെ ചെരുവിൽ ഒടികളായാണ് തോട്ടം സ്ഥിതിചെയ്യുന്നത്. മജീദിനെ കൂടാതെ തോട്ടം ജോലിക്ക് നാല് തൊഴിലാളികളും വെച്ച് വിളമ്പാൻ വേലക്കാരിയുമുണ്ട്. ജോലി കഴിഞ്ഞാൽ അവർ വീടുകളിലേക്ക് പോകും. മജീദ് തോട്ടത്തിലൂടെ ഒഴുകുന്ന അരുവിയിൽ നഗ്നനായി കുളിക്കും. ഷെഡ്ഡിൽ ചെന്ന് രാത്രിഭക്ഷണം വേവിച്ച് കഴിച്ച് കിടന്നുറങ്ങും. മജീദിന് സമയമറിയാൻ വാച്ചോ മൊബൈൽ ഫോണോ ഇല്ല. അകലെയുള്ള പള്ളിയിൽനിന്നും ആലിമുസ്ല്യാരുടെ താളാത്മകമായ ബാങ്ക് വിളിയും വെയിലിന്റെ ഉദിപ്പും നോക്കി കൃത്യമായി സമയം നിശ്ചയിച്ചിരുന്നു. പകലാവട്ടെ രാത്രിയാവട്ടെ കിട്ടുന്ന സമയത്തിൽ മജീദ് തൃപ്തനാണ്. സമയം കുറഞ്ഞെന്നോ കൂടിയെന്നോ ഇതുവരെ തോന്നിയിട്ടില്ല.

നാലാം ക്ലാസ് വരെ മാത്രം പഠിച്ച മജീദ് കാൽക്കുലേറ്ററില്ലാതെ തന്നെ ഗുണിക്കുകയും ഹരിക്കുകയും ചെയ്യും. വർഷങ്ങൾക്ക് മുമ്പ് വാങ്ങിച്ച, സിനിമാനടൻ എം. ജി. സോമന്റെ മുഖചിത്രമുള്ള, വരയില്ലാത്ത നോട്ട് ബുക്കിലാണ് ഇപ്പോഴും കണക്കുകൾ സൂക്ഷിക്കുന്നത്. ജോലിക്കാരുടെ കൂലി, വളത്തിന്റെ വില, കറന്റ് ചാർജ്ജ്, പഞ്ചായത്തിലും വില്ലേജിലും അടക്കുന്ന നികുതി, രാഷ്ട്രീയപാർട്ടികൾക്ക് കൊടുക്കുന്ന സംഭാവന, കാപ്പിയും മുളകും വിറ്റ് ലഭിക്കുന്ന പണം ഇവയല്ലാതെ ഒരു വരവും ചെലവും ആ കണക്ക് പുസ്തകത്തിലില്ല. മാധവൻ നമ്പ്യാർ കണക്ക് പുസ്തകം കാര്യമായി പരിശോധിക്കാറില്ല. മജീദ് എഴുതിയ വരവുകളും ചെലവുകളും കിഴിച്ച് കിട്ടുന്ന പണം തന്റെ ലാഭമായി അനുമാനിക്കും. മജീദ് തോട്ടം വിപുലീകരിക്കാനുള്ള പദ്ധതികൾ ആദ്യമൊക്കെ പറയാറുണ്ടായിരുന്നു. മൂലധനനിക്ഷേപം ഉയർത്തി, അതിലൂടെ അധ്വാനശക്തി ഇരട്ടിയാക്കി, ശാസ്ത്രീയമായി വളമിട്ട് കാർഷിക വിളവുകൾ വർദ്ധിപ്പിക്കേണ്ട ഒരു ആഗ്രഹവും തന്റെ ഉടമസ്ഥനില്ലെന്ന് മജീദിന് അറിയാം.

ആലിമുസ്ല്യാരും മജീദും കീരിപ്പറ്റ കുന്നിറങ്ങി കൊയ്ത്ത് കഴിഞ്ഞ വയൽ വരമ്പിലൂടെ നടന്നു. ചിതറിക്കിടക്കുന്ന പണിയക്കൂടിലുകളുടെ നടുവിലൂടെ റോഡിലെത്തി. ഏകദേശം അരമണിക്കൂറിലധികം സമയമെടുത്താണ് ഇവിടംവരെ എത്തിയത്. എന്നിട്ടും എവിടേക്കാണ് ഈ യാത്രയെന്ന് മജീദ് ഇതുവരെ തന്നോട് ചോദിക്കാത്തതിൽ ആലിമുസ്ല്യാർക്ക് അസ്വാഭാവികത ഒന്നും തോന്നിയിട്ടില്ല. ഒഴിച്ചുകൂടാൻ പറ്റാത്ത സന്ദർഭങ്ങളിൽ മാത്രമെ അവൻ എന്തെങ്കിലും ചോദിക്കാറുള്ളുവെന്ന് അദ്ദേഹത്തിനറിയാം

പതിനെട്ട് വർഷം മുമ്പ് കർക്കിടകത്തിലെ ഒരു പെരുമഴയത്ത് പള്ളിപ്പറമ്പിലെ ഖബറിസ്ഥാനിൽ കൊച്ചുമനുഷ്യരൂപം ഇളകുന്നതായി അകംപള്ളിയിൽ ഇരുന്ന ആലിമുസ്ല്യാർക്ക് തോന്നി. നാലുകട്ട ടോർച്ചിന്റെ വെളിച്ചത്തിൽ അത് ജിന്നല്ല മനുഷ്യക്കുട്ടിയാണ് എന്ന് അയാൾ തിരിച്ചറിഞ്ഞു. നരച്ച നിറമുള്ള മുറിക്കയ്യൻ ഷർട്ടും കറുത്ത ട്രൗസറും ധരിച്ച അവന്റെ തലയിലൂടെ കുതിർന്നിറങ്ങിയ വെള്ളം കാലിന് താഴെ തളം കെട്ടിനിൽക്കുന്നു.

ലക്ഷ്യമില്ലാത്ത യാത്രയിൽ അപരിചിതമായ സ്ഥലത്ത് പൊടുന്നനെ പെയ്ത കനത്ത മഴയിൽ മാർഗ്ഗം കാണാതെ നിന്ന അവനെ ആലിമുസ്ല്യാർ കാലൻ കുടയുടെ കീഴിലേക്ക് ചേർത്തുനിർത്തി. എവിടെനിന്ന് വരുന്നു, ആരാണ് നീ, മതമേത് എന്നൊന്നും ആലിമുസ്ല്യാർ അവനോട് ചോദിച്ചില്ല. വിറങ്ങലിച്ച് എലിക്കുഞ്ഞിനെപ്പോലെ വരാന്തയിൽ

പതുങ്ങിനിന്ന അവന്റെ കൈകൾ പിടിച്ച് അയാൾ അകംപള്ളിയിലേക്ക് കയറി. നനഞ്ഞ വസ്ത്രങ്ങൾ അഴിച്ച് ഉടുക്കാനൊരു മുണ്ടും പുതയ്ക്കാനൊരു കമ്പിളിയും കൊടുത്തു. അവന് പാകമാവുന്ന മറ്റ് വസ്ത്രങ്ങളൊന്നും ആ പള്ളിയിലുണ്ടായിരുന്നില്ല.

ആലിമുസ്ല്യാർ ഭക്ഷണം പാകം ചെയ്യാൻ വേണ്ടി ഉപയോഗിച്ചിരുന്ന ചെറിയ മുറിയിൽ കയറി. പിഞ്ഞാണത്തിൽ നിറയെ കഞ്ഞികൊണ്ടുവന്നു. ഒറ്റ നിൽപ്പിൽ അവനത് വലിച്ചുകുടിച്ച് തീർത്തു. ഫിലമെന്റ് ബൾബിന്റെ മഞ്ഞ വെളിച്ചത്തിൽ മുഷിഞ്ഞ് വെളുത്ത നീളൻ കുപ്പായവും വയലറ്റ് കരയുള്ള മുറിമുണ്ടുമുടുത്ത ആലിമുസ്ല്യാരെ അവൻ സ്നേഹത്തോടെ നോക്കി. അവന്റെ കണ്ണുകൾ അയാളുടെ നരച്ച താടിയ്ക്കിടയിലെ കൂർത്തമുഖത്ത് പതിഞ്ഞു. യത്തീംഖാനയിലെ മദ്രസയിൽ വെച്ച് ചൂരൽ വടി വീശി ഖാദർകുട്ടി മുസ്ല്യാർ കാണാപ്പാഠം പഠിപ്പിച്ച പുസ്തകത്തിലെ അരൂപിയായ ദൈവമാണ് മുൻപിൽ നിൽക്കുന്നതെന്ന് മജീദിന് തോന്നി.

മഴ പള്ളിയുടെ മേൽക്കൂര തച്ചു തകർക്കുമെന്ന് തോന്നിപ്പിക്കും വിധം ശമനമില്ലാതെ പെയ്തുകൊണ്ടിരുന്നു. വലിയ ജാലകങ്ങളുടെ പോളകൾ തള്ളിത്തുറന്ന് അകത്തെത്തിയ തണുത്ത കാറ്റ് അവരെ വിറപ്പിച്ചുകൊണ്ട് കടന്നുപോയി. ആലിമുസ്ല്യാർ ഉറങ്ങുന്ന ചെറിയ കട്ടിലിന്റെ തൊട്ടുതാഴെ അവന് കിടക്കാനായി പുൽപ്പായയ്ക്ക് പുറമെ മുസല കൂടി വിരിച്ചുകൊടുത്തു. അതിൽ അവൻ പുഴുവിനെപ്പോലെ ചുരുണ്ടുകിടന്നു.

റോഡിലൂടെ ആലിമുസ്ല്യാർ വേഗത്തിൽ നടന്നു. മജീദ് അയാളുടെ കാലുകളെ പിൻതുടർന്നു. റോഡിന്റെ ഇരുവശങ്ങളിലും തോട്ടം തൊഴിലാളികളുടെ ഷെഡ്ഡുകളാണ്. നേരിയ പ്രകാശം പരത്തുന്നതും ഇരുൾ വിഴുങ്ങിയതുമായ ഷെഡ്ഡുകൾ പിന്നിട്ട് അവർ പൂമുഖത്ത് തൂക്കുവിളക്ക് കൊളുത്തിവെച്ച ഒരു ചെറിയ വീടിന്റെ മുമ്പിലെത്തി. "ഖദീജാ..... ഖദീജാ......" ആലിമുസ്ല്യാരുടെ ശബ്ദം വല്ലാതെ പതറിയതായി മജീദിന് തോന്നി. മങ്ങിയ പച്ച നിറത്തിലുള്ള ചുമരിൽ ആണിയിൽ തൂക്കിയിട്ട മക്കയുടെയും മദീനയുടെയും കലണ്ടറിലേക്ക് അവൻ നോക്കി. അകത്തുനിന്നും പ്രതികരണങ്ങളൊന്നും ഇല്ലാതെ വന്നപ്പോൾ ആലി മുസ്ല്യാർ വരാന്തയിലേക്ക് കയറി. വാതിലിൽ തട്ടിവിളിച്ചു. ചെറിയ ഞരക്കത്തോടെ തുറന്ന വാതിൽപ്പാളിയുടെ മറവിൽ നിന്നും ഒക്കത്ത് കൈക്കുഞ്ഞുമായി ഖദീജ പുറത്തേയ്ക്ക് എത്തി നോക്കി. നിരാശയും ഭയവും കലർന്ന അവളുടെ വിളറിയ മുഖത്ത് സമാധാനത്തിന്റെ ചിരി വിരിഞ്ഞു. ഉമ്മറത്തെ പനംപായ വിരിച്ച തിണ്ണയിൽ ആലിമുസ്ല്യാർ അധികാരത്തോ

ടെയിരുന്നു. എന്നിട്ട് വാച്ചിൽ നോക്കിപ്പറഞ്ഞു. മണിപത്തുകഴിഞ്ഞു. ഇപ്പം നടന്നാൽ പതിനൊന്ന് മണി ആവുമ്പോഴേക്കും ഞമ്മക്ക് പള്ളിയിലെത്താം. "മജീദേ..... ഇജ്ജ് ഇബളെ മുമ്പ് കണ്ടിട്ടുണ്ടോ?" മജീദ് ഖദീജയുടെ മുഖത്തുനിന്നും കണ്ണുകളെടുത്ത് പറഞ്ഞു.

"ഒരിക്കൽ...... സെയ്ദിന്റെ പെങ്ങളുടെ കല്ല്യാണത്തിന്....."

സെയ്ദ് തോട്ടം തൊഴിലാളികളുടെ യൂനിയൻ നേതാവാണ്. ആ പരിചയത്തിലാണ് മജീദിനെ ക്ഷണിച്ചത്. എന്തുകൊണ്ടാണ് അന്ന് ഖദീജയെ ചെറിയ ആൾക്കൂട്ടത്തിനിടയിൽ ശ്രദ്ധിച്ചത് എന്ന് മജീദ് ഓർക്കുന്നില്ല. ഇപ്പോഴും ഓർമ്മിക്കാൻ മാത്രം എന്തെങ്കിലും പ്രത്യേകത ഉള്ളതായി തോന്നിയിട്ടുമില്ല. ആലിമുസ്ല്യാർ മുറുക്കാൻ കറപിടിച്ച കൊന്ത്രൻ പല്ലുകൾ കാണിച്ചു ചിരിച്ചു.

"ഖദീജേ... ഇജ്ജ് കോഴിക്കോട്ടുകാരിയല്ലേ... ആടെ എബ്ടെ..? "

"ഫറോക്ക്." അവൾ പതിഞ്ഞ ശബ്ദത്തിൽ പറഞ്ഞു.

"എന്താ അനക്ക് മജീദിനോട് ഒന്നും ചോയിക്കാനില്ലേ?"

മജീദിന്റെ സ്ഥലം എവിടെയെന്നോ ബന്ധുക്കളെക്കുറിച്ചോ ഒന്നും ഖദീജ അന്വേഷിച്ചില്ല. അങ്ങിനെ ചോദിച്ചിരുന്നെങ്കിൽ പറയാൻ തക്ക സ്ഥലവും മേൽവിലാസവുമൊന്നും മജീദിന് തന്നെ അറിയുമായിരുന്നില്ല.

ഓർമ്മ വെച്ച പ്രായം മുതൽ അവൻ ആലിമുസ്ല്യാരോടൊപ്പം പള്ളിയിലായിരുന്നു താമസം. ജീവിതത്തിൽ ആരോടെങ്കിലും കടപ്പാടുണ്ടെങ്കിൽ അത് ആലിമുസ്ല്യാരോട് മാത്രമാണ്. അയാൾ ആവശ്യപ്പെട്ടിരുന്ന എല്ലാ കാര്യങ്ങളും മുമ്പ് അനുസരിച്ചിട്ടുമുണ്ട്.

യത്തീംഖാനയിൽനിന്നും ഒളിച്ചോടി, മരം ഇറക്കാൻ വന്ന ലോറിയുടെ പുറത്ത് കയറി ആരും കാണാതെ അള്ളിപ്പിടിച്ചിരുന്നു..... നഗരവും അടിവാരവും പിന്നിട്ട് ലോറി ചുരം കയറി. ചെറിയ കവലയിൽ നിർത്തിയപ്പോൾ താഴെ ഇറങ്ങി. മഴയും ഇരുട്ടും കൂടുതൽ കറപ്പിച്ചിരുന്ന ആ രാത്രിയിൽ ലക്ഷ്യമില്ലാതെ അവൻ ഓടി. കാലുകൾ കുഴഞ്ഞപ്പോൾ വയ്യാതെ ഒരിടത്ത് നിന്നു. അവിടെ കാരുണ്യത്തിന്റെ ആൾരൂപമായി ആലിമുസ്ല്യാർ വന്നു. ഖദീജയുടെ തോളിൽ ഇരുന്ന കുട്ടി അസമയത്ത് ഉണർന്നത് കൊണ്ടാവും കരഞ്ഞത്. ആലിമുസ്ല്യാർ എഴുന്നേറ്റ് മജീദിന്റെ കൈപിടിച്ച് പറഞ്ഞു. "മജീദേ അല്ലാഹു വലിയവനാണ്. ആല്ലായിരുന്നെങ്കിൽ അന്ന് ഇജ്ജ് ഞമ്മളെ പള്ളീൽ പാതിരാക്ക് എത്തില്ലായിരുന്നു. നിന്നെ കണ്ടപ്പം ആദ്യം ഞമ്മക്ക് തോന്നിയത് ഇജ്ജ് ഒരു ഹിന്ദുക്കുട്ട്യാന്നാ.

രാത്രി നബി തിരുമേനി കിനാവിൽ വന്ന് പറഞ്ഞു നീ യത്തീംകുട്ട്യാന്ന്. നിന്റെ കയ്യും കാലും വളരും വരെ പോറ്റണന്ന്. യത്തീമിന് ജാതിയും മ തവും ഒന്നുമില്ല.“

“നേരം വെളുത്തപ്പം ഇജ്ജ് ന്റെ പേര് പറഞ്ഞു. അത് കേട്ടപ്പം ഞമ്മ ക്ക് പ്രത്യേകിച്ച് ഒന്നും തോന്നിയില്ല. ഇജ്ജ് കേൾക്കിണ്ണ്ടോ?” മജീദ് തലയാട്ടി.”

“ഖദീജേം ഓളെ കുട്ടീം, ഇപ്പം പടച്ചോന്റെ കണക്കിൽ നിന്നെ പോലെ യത്തീമാണ്. ഉമ്മേം ബാപ്പേം ഇല്ല്യാതെ കുട്ട്യേള് ജനിക്കൂല. ഇതൊക്കെ ഉടയതമ്പുരാന്റെ ഒരോ പരീക്ഷണങ്ങളാ. ഖദീജേന്റെ പുയ്യാപ്ളേനെ പടച്ചോൻ തിരിച്ചുവിളിച്ചു. ഓക്കും കുട്ടിക്കും ഇജ്ജ് തുണ. അനക്ക് ഓളും.” യത്തീമിനെ ആട്ടിയകറ്റുന്നവർ ദീനിനെ നിഷേധിക്കു ന്നവരാണ്, അത്തരം നമസ്കാരക്കാർക്ക് നാശം.. അനാഥകളെ സംര ക്ഷിക്കുന്നവനും, പ്രവാചകനും, സ്വർഗ്ഗത്തിൽ, ചൂണ്ടുവിരലും നടുവിര ലും പോലെ അടുത്തു തന്നെ ഉണ്ടാകും

പടച്ചവന്റെ തീരുമാനം ലംഘിക്കാൻ മജീദിനും ഖദീജയ്ക്കും കഴി യില്ലെന്ന ഉറച്ച വിശ്വാസത്തിൽ യാത്ര പറയാതെ അയാൾ ഇറങ്ങി നടന്നു. ആലിമുസ്ല്യാർ തന്നെ വിളിച്ച് ഇറക്കി കൊണ്ടുവരുമ്പോൾ എന്തിനാണ് എന്ന് അന്വേഷിച്ചിരുന്നില്ല. എന്തുകൊണ്ടാണ് ഈ രാത്രി തന്നെ ഇതിന് തിരഞ്ഞെടുത്തത്.? ഇതിന് പകലും ആകാമായിരുന്നല്ലോ. മജീദ് അങ്ങനെയും ചിന്തിച്ചില്ല. എന്തും എതിർദിശയിൽ ചിന്തിക്കുന്ന തിന്റെ പൊരുൾ അവന് അജ്ഞാതമായിരുന്നു. ധനലബ്ധിയും മാന സിക ഉല്ലാസങ്ങളും ആഗ്രഹിക്കാത്തവന് എല്ലാം നല്ലതെന്നേ കരുതാൻ കഴിയൂ. ഉമ്മറത്ത് മജീദ് നിൽക്കാൻ തുടങ്ങിയിട്ട് ഏകദേശം പതിനഞ്ച് മിനുട്ട് കഴിഞ്ഞു.

“ഇക്കാ അകത്തേക്ക് കയറിക്കൊള്ളൂ...”

മജീദ് ഏറെ പരിചിതനെ പോലെ കോലായിൽവെച്ച അലൂമിനിയം കിണ്ടിയിൽ നിന്നും വെള്ളമെടുത്തു കാലുകൾ കഴുകി അകത്തേക്ക് കയറി. ചുമരിൽ തൂക്കിയിട്ട ഫ്രെയിം ചെയ്ത കളർഫോട്ടോയിലേക്ക് അവൻ നോക്കി. ഖദീജയുടെ കുഞ്ഞിന്റെ ബാപ്പ തന്നെ നോക്കി ചിരി ക്കുന്നു. അവൾ എന്തുകൊണ്ടാണ് തന്നെ കുറിച്ചൊന്നും അന്വേഷി ക്കാഞ്ഞത് എന്ന് മജീദ് ആലോചിച്ചില്ല. ജീവിതത്തിൽ ഒരിക്കൽ പോലും മറ്റൊരാളുടെ സ്വകാര്യതയിലേക്ക് മജീദ് എത്തിനോക്കിയി ട്ടില്ല. തോട്ടം ഉടമയായ മാധവൻ നമ്പ്യാർക്ക് എത്ര കുട്ടികൾ ഉണ്ടെന്നോ, തോട്ടത്തിലെ വെപ്പുകാരി ശാന്തേച്ചിയുടെ കുടുംബത്തെ കുറിച്ചോ

അന്വേഷിച്ചിട്ടില്ല. ആലിമുസ്ല്യാർ ഈ പള്ളി ഉപേക്ഷിച്ച് മറ്റെവിടെക്കെങ്കിലും പോവാത്തതെന്തുകൊണ്ടെന്ന് അവന് അറിയില്ല. ഈ വാർദ്ധക്യത്തിലും പള്ളിമുറ്റവും അകംപള്ളിയും തൂത്ത് വൃത്തിയാക്കി, ഭക്ഷണം വേവിച്ച് കഴിച്ച് പാത്രങ്ങൾ കഴുകിയും വസ്ത്രങ്ങൾ അലക്കിയും എന്തിനാണ് ഇങ്ങനെ ഏകാകിയായി ജീവിക്കുന്നത് എന്ന് അവൻ ചിന്തിച്ചിട്ടില്ല.

ഖദീജ കുഞ്ഞിനെ കട്ടിലിനരികിലേക്ക് കിടത്തി. മജീദിന് കിടക്കാൻ സ്ഥലം ഒഴിച്ചിട്ട് കുഞ്ഞിനോടൊപ്പം ചേർന്ന് കിടന്നു. മജീദ് വാതിൽ അടച്ചുകുറ്റിയിട്ട് സങ്കോചമേതുമില്ലാതെ കട്ടിലിൽ കയറി കിടന്നു. ജീവിതത്തിൽ ആദ്യമായാണ് മജീദ് ഒരു പെണ്ണിന്റെ ശ്വാസനിശ്വാസങ്ങളും ഗന്ധവും അടുത്തറിയുന്നത്. അന്യതയും അപരിചിതത്വവും അവർക്കിടയിൽ നിന്ന് അലിഞ്ഞില്ലാതായി. മജീദിലും ഖദീജയിലും ഉറക്കിന്റെ തൻമാത്രകൾ ജനിച്ചു.

ദീനിനെ-മതത്തെ

ചിലന്തികൾ

ബസ് യാത്ര ഒഴിവാക്കി തിലകൻ ഓട്ടോറിക്ഷയിൽ സഞ്ചരിക്കാൻ തുടങ്ങി. അതേ ബസിൽ സ്ഥിരമായി സഞ്ചരിക്കാറുള്ള ലത രാവിലെ ഓഫീസിൽ വെച്ച് തിലകനോട് ഇതിന്റെ കാരണം തിരക്കി. ആദ്യം പ്രതികരിക്കാതിരുന്ന അയാൾ വീണ്ടും ചോദിച്ചപ്പോൾ റിസ്ക് ഒഴിവാക്കാൻ വേണ്ടിയാണ് എന്ന് പറഞ്ഞു. അയാളുടെ മറുപടിയിൽ അവർക്ക് തൃപ്തി തോന്നിയില്ല. ഉച്ചഭക്ഷണം കഴിക്കുമ്പോൾ ജൂനിയർ സൂപ്രണ്ട് റംലയോട് ഇതേകുറിച്ച് സ്വകാര്യമായി ചോദിച്ചു. ലതയ്ക്ക് പഞ്ചായത്ത് ഓഫീസിൽ ഓഫീസ് അസിസ്റ്റന്റായി ജോലി ലഭിച്ചിട്ട് ഒരു മാസം തികയുന്നതേയുള്ളൂ. റംല തിലകനോടൊപ്പം ഒരു വർഷമായി ജെ. എസ്സ് ആയി അതേ ഓഫീസിലാണ് ജോലി ചെയ്യുന്നത്. എൽ. ഡി. തസ്തികയിലുള്ള തിലകന്റെ സംശയങ്ങളും ഭയങ്ങളും പഞ്ചായത്ത് ഓഫീസിൽ പതിവായി ഉണ്ടാക്കുന്ന പ്രശ്നങ്ങളും റംല വിവരിച്ചു. ഒരിക്കൽ ലോക്കൽഫണ്ട് ഓഡിറ്റിന് വന്ന ഓഡിറ്റർ പഴയ ഫയലെടുക്കാൻ തിലകനോട് പറഞ്ഞു. ഒ. എ. ലീവായത് കാരണം അയാൾ തന്നെയാണ് റിക്കാർഡ് കോർണറിൽ ചെന്ന് ഫയലുകൾ തപ്പിയത്. അലമാരയിൽനിന്നും ഫയൽ എടുക്കാൻ വേണ്ടി കൈ നീട്ടിയതും ഒരു അലർച്ചയോടെ പിൻവാങ്ങിയതും കണ്ട് യു. ഡി. സേതുമാധവൻ ഓടിച്ചെന്നു. തിലകന്റെ മുഖത്താകെ ഭയം പടർന്നിരിക്കുന്നു. അയാൾ ധരിച്ചിരുന്ന ഇളം നീല ഷർട്ട് വിയർപ്പിൽ നനഞ്ഞു.

"എന്താ തിലകാ"?

"സേതുവേട്ടാ...., അതിൽ കൈവെയ്ക്കേണ്ട. ചിലന്തിയുണ്ട്."

സേതുമാധവൻ ചിരിച്ചുകൊണ്ട് ഫയൽ എടുത്ത് ചിലന്തിയെ തട്ടിക്കളഞ്ഞു. അത് തറയിലേക്ക് വീണപ്പോൾ തിലകൻ തൊട്ടരികിലെ മേശയിൽ കയറിനിന്നു. പഞ്ചായത്ത് സെക്രട്ടറി ജയരാജനും, ഓഡിറ്റ് ഓഫീസർ മുഹമ്മദ് ബഷീറും അടുത്തിരുന്ന് ഇത് ശ്രദ്ധിക്കുന്നുണ്ടായിരുന്നു. മേശയിൽ നിന്നും തിലകൻ കാലുകൾ കുടഞ്ഞ് മുണ്ട് മടക്കി ഉടുത്തു. അത്ഭുതത്തോടെ ഓഡിറ്റ് ഓഫീസർ സെക്രട്ടറിയെ നോക്കി. സെക്രട്ടറിയുടെ മുഖത്ത് തെളിഞ്ഞ ചിരിമാഞ്ഞു.

ഉച്ചയ്ക്ക് ശേഷം തിലകൻ ചിന്തകളിൽ ആണ്ടിറങ്ങി, ഓഫീസിന്റെ വരാന്തയിൽ തനിച്ചിരുന്നു. ഈ സംഭവം എല്ലാവരും മറക്കാൻ തുടങ്ങിയ

പ്പോഴാണ് ഒരു ദിവസം ജയരാജൻ സാറിന്റെ വെഡ്ഡിംഗ് ആനിവേഴ്സറിക്ക് ഉച്ചയൂണ് ഒരുമിച്ച് കഴിക്കുന്ന ഹോട്ടലിലെ തീൻ മേശയ്ക്ക് താഴെ ചെറിയ ഒരു ചിലന്തിയെ കണ്ട് തിലകൻ ഭക്ഷണം കഴിക്കാതെ ഹോട്ടൽ ജീവനക്കാരുമായി ബഹളമുണ്ടാക്കിയത്. അന്ന് ജയരാജൻ സാർ തിലകന്റെ ഭാര്യയെ ഫോണിൽ വിളിച്ച് സംസാരിച്ചു. ഭാര്യ രണ്ട് തവണ മനശാസ്ത്രജ്ഞനെ കണ്ട് കൗൺസിലിംഗ് നടത്തിയതും, ഈ വിഷയവുമായി ബന്ധപ്പെട്ട് വീട്ടിൽ നടക്കുന്ന പ്രശ്നങ്ങളും സംസാരിച്ചു.

വൈകീട്ട് ഓഫീസ് അടക്കുന്നതിന് മുമ്പ് ജെ. എസ്. റംലയുടെ അരികിൽ വന്നിരുന്ന് തിലകൻ പറഞ്ഞു.

“സാറിന് കാറുണ്ട്.... സ്വന്തം ഡ്രൈവിംഗ് ആയതിനാൽ ഒട്ടും പേടിക്കേണ്ടതില്ല. എന്നാൽ ബസ്സിൽ യാത്രചെയ്യുന്നവരുടെ സ്ഥിതി അതാണോ...?”

റോഡ് അപകടങ്ങളെ കുറിച്ചുള്ള തിലകന്റെ ഭയങ്ങളായിരിക്കാം ഇതെന്ന് സംശയിക്കുമ്പോഴാണ് അയാൾ ഇത്രയും കൂട്ടിച്ചേർത്തത്.

”സർ, കഴിഞ്ഞ ദിവസം ഞാൻ വീട്ടിലേക്ക് ബസ്സിൽ യാത്ര ചെയ്യുമ്പോൾ ഡ്രൈവറുടെ എതിർദിശയിലെ സീറ്റിലായിരുന്നു ഇരുന്നത്. യാത്രക്കാർ കുറവായിരുന്നു. ഏകദേശം ഒരു കിലോമീറ്റർ യാത്രചെയ്ത് കാണും. പെട്ടെന്ന് ഡ്രൈവറുടെ മുഖം ചുവക്കുന്നതും വിയർപ്പ് പൊടിയുന്നതും ഞാൻ ശ്രദ്ധിച്ചു. ഡ്രൈവിംഗ് ചെയ്തുകൊണ്ടിരിക്കെ അയാൾ ഇടതുകൈകൊണ്ട് കുപ്പിവെള്ളമെടുത്ത് വായിലേക്ക് ഒഴിച്ച് കുടിച്ചു. ഷർട്ടിന്റെ കുടുക്കുകൾ അഴിച്ച് നെഞ്ച് തടവി. നിങ്ങളെന്താണീ കാണിക്കുന്നത് എന്ന് ഞാൻ ചോദിക്കുന്നതിന് മുമ്പെ അയാൾ പറഞ്ഞു. ബി. പി. യുടെ ഗുളിക രണ്ട് ദിവസമായി കഴിച്ചിട്ട്, വാങ്ങിക്കാൻ മറന്നു. ഇനിയിപ്പം സ്റ്റാന്റിൽ എത്തിയിട്ട് വാങ്ങണം. സാർ, ഹൃദ്രോഗികൾക്ക് എപ്പോഴും എന്തും സംഭവിക്കാം. അങ്ങിനെയുണ്ടായാൽ ബസ് നിയന്ത്രണം വിട്ട് എത്രപേരുടെ ജീവനാണ് അപകടത്തിൽ പെടുക.”

റംല ചിരിച്ചില്ല. തിലകന്റെ പ്രശ്നങ്ങളെ കുറിച്ചറിഞ്ഞ് അവർക്ക് സഹതാപം തോന്നി.

തിലകൻ ഓഫീസിൽ നിന്നും പുറത്ത് പോയപ്പോൾ റംല സെക്രട്ടറിയുടെ മുറിയിൽ ചെന്ന് ഈ കാര്യങ്ങളെ കുറിച്ച് സംസാരിച്ചു. തിലകൻ ഓഫീസിൽ എത്തിയാൽ ഫയലുകൾക്ക് മുന്നിൽ തപസ്സിരിക്കുന്നതും അനാവശ്യമായി തർക്കിക്കുന്നതും ശ്രദ്ധയിൽപ്പെട്ടെന്ന് സെക്രട്ടറി പറഞ്ഞു.

രണ്ട്, മൂന്ന് വാർഡുകളിലെ ചാർജ്ജ് തിലകനാണ്. ചൊവ്വാഴ്ച ഫ്രണ്ട് ഓഫീസ് ഡ്യൂട്ടിയുമുണ്ടാകും. ജനങ്ങളുടെ പരാതിയിൽ കൃത്യസമയത്ത്

അന്വേഷിച്ച് റിപ്പോർട്ട് കൊടുക്കാതിരിക്കുക, ഫ്രണ്ട് ഓഫീസിൽ നൽകുന്ന പരാതികളിലെ രേഖകൾ നഷ്ടപ്പെടുക എന്നീ വിഷയങ്ങളിൽ പ്രസിഡണ്ട് തിലകനെ താക്കീത് ചെയ്ത കാര്യംകൂടി സെക്രട്ടറി റംലയോട് പറഞ്ഞു.

തിലകൻ ഓഫീസിൽ നിന്നും വീട്ടിലെത്തിയാൽ കിടപ്പുമുറിയുടെ ചുമരും തറയും മൂന്ന് തവണയെങ്കിലും തൂത്തുവാരി വൃത്തിയാക്കും. ഉറങ്ങുന്നതിന് മുമ്പ് ചിലപ്പോൾ വീണ്ടും വൃത്തിയാക്കും. ഫാനിന്റെ ലീഫിൽ ഒളിച്ചിരിക്കുന്ന ചിലന്തികൾ അത് കറങ്ങുമ്പോൾ ദേഹത്ത് വീണ് ഉണ്ടാക്കുന്ന അപകടങ്ങളെകുറിച്ച് ഓർത്തിട്ടാണ് ബെഡ്റൂമിൽ ഫാൻ വേണ്ടെന്ന് തീരുമാനിച്ചത്. പുതിയ വീട് വെച്ച് താമസിക്കാൻ തുടങ്ങിയിട്ട് രണ്ട് വർഷമേ ആയുള്ളൂ. ഭാര്യ ഉമയോട് ഈയിടെ പറയുന്ന പരാതികൾ മുഴുവൻ വീട് നിർമാണത്തിൽ വേണ്ടത്ര ശ്രദ്ധിക്കാതെ വന്ന അപാകതകളെകുറിച്ചാണ്. മുറികളിൽ അനാവശ്യമായി ഹോൾസ് വെച്ചത്, ഇത്രയധികം ജാലകങ്ങൾ ആവശ്യമുണ്ടോ എന്നതൊക്കെയാണ്. ഉഷ്ണകാലത്തും ജനലുകൾ അടച്ച് ഫാനുകൾ ഇല്ലാതെയാണ് തിലകൻ ഉറങ്ങിയിരുന്നത്. വിയർപ്പിൽ കുളിച്ച് ഉറങ്ങാൻ കഴിയാതെ നേരം വെളുപ്പിച്ചിരുന്ന ഉമ ഒരു എ. സി. വെക്കണമെന്ന് പറയാൻ തുടങ്ങിയിട്ട് മാസങ്ങളായി. ഗ്യാസ് അടുപ്പിൽനിന്നും ഉണ്ടായേക്കാവുന്ന അപകടങ്ങൾ ഒഴിവാക്കാനായി ഗ്യാസ് കണക്ഷനും, കറന്റ് ഇസ്തിരിപ്പെട്ടി ഉപയോഗിക്കുമ്പോൾ ഷോക്ക് എൽക്കാൻ സാധ്യതയുണ്ടെന്ന് പറഞ്ഞ് ഇസ്തിരിപ്പെട്ടിയും ഉപേക്ഷിച്ച തിലകനിൽനിന്നും ഒരു പ്രതീക്ഷയും അവർക്കില്ലായിരുന്നു.

പതിവിലും വൈകിയാണ് അന്ന് തിലകൻ ഓഫീസിൽനിന്നും വീട്ടിലെത്തിയത്. ഉമ കാര്യമന്വേഷിക്കാതെ തന്നെ തിലകൻ അതിശയോക്തിയോടെ പറഞ്ഞു.

“നിനക്കറിയോ.... ഓട്ടോ ഡ്രൈവർ മൂന്ന് കിലോമീറ്റർ യാത്ര ചെയ്യുന്നതിനിടയിൽ നാല് തവണ ഫോൺ അറ്റന്റ് ചെയ്തു. ഒരു തവണ ഔട്ട് ഗോയിംഗ് ആയിരുന്നു. അയാൾ സംസാരിച്ചിരുന്നത് അയാളുടെ ഭാര്യയോടായിരുന്നില്ല. കാമുകിയോട് തന്നെയായിരിക്കും. അയാളുടെ സംസാര രീതിയും പെരുമാറ്റവും കൊണ്ട് എനിക്കത് മനസ്സിലായി. ഞാൻ വണ്ടി നിർത്താൻ ആവശ്യപ്പെട്ട് പണം കൊടുത്ത് ഇറങ്ങി നടന്നു.”

രാത്രി ഉറങ്ങാതിരുന്ന തിലകനോട് ഉമ കാരണമന്വേഷിച്ചു. “ന്യായവും യുക്തവുമായ എന്റെ ചിന്തകൾ ഓഫീസിൽ ആർക്കും ഉൾക്കൊള്ളാൻ കഴിയുന്നില്ല. പ്രയാസങ്ങൾ ഉണ്ടായിരിക്കാം എങ്കിലും എനിക്ക് ശരിയെന്ന് തോന്നുന്ന വസ്തുതകളിൽനിന്നും എങ്ങിനെയാണ് മാറിനിൽക്കുക.” മൗനം അവർക്കിടയിൽ അസഹനീയമായി വളർന്ന് തുടങ്ങിയപ്പോൾ ഉമ പറഞ്ഞു.

“ഇന്ന് ഓഫീസിൽനിന്നും സെക്രട്ടറി വിളിച്ചിരുന്നു. ഫ്രണ്ട് ഓഫീസിൽ കൊടുത്ത് പറ്റ് ശീട്ട് വാങ്ങിച്ച ഒരു ക്ഷേമപെൻഷൻ അപേക്ഷ കാണാനില്ല. പ്രസിഡണ്ട് രേഖാമൂലം പരാതി സെക്രട്ടറിക്ക് കൊടുത്തിരിക്കുന്നു. സസ്പെൻഷനിൽ കുറഞ്ഞ് ഒന്നും നിങ്ങൾ പ്രതീക്ഷിക്കണ്ട.”

തിലകൻ പിന്നീട് സംസാരിച്ചില്ല. ഭാര്യയും, അമ്മയും, മകനും പരാതി കൾ പറഞ്ഞാൽ ഏറെ നേരം മൗനത്തിലിരിക്കും. ഭക്ഷണം കഴിക്കില്ല. ഉറങ്ങില്ല. ഒടുവിൽ ഉമ ആശ്വസിപ്പിക്കും. ധൈര്യം പകർന്ന് നൽകും. അപ്പോൾ അയാൾ കൊച്ചുകുട്ടിയെപ്പോലെ കരയും.

പിറ്റേദിവസം തിലകൻ നേരത്തെ ഓഫീസിലെത്തി. ലത ചിരിച്ചു കൊണ്ട് പറഞ്ഞു. ”സാറിനെ സെക്രട്ടറി കാത്തിരിക്കുന്നു.” വളരെ പ്രയാ സപ്പെട്ടുകൊണ്ടാണ് തിലകൻ സെക്രട്ടറിയുടെ ചേമ്പറിൽ ചെന്നത്. സെക്രട്ടറിയോടൊപ്പം വൈസ് പ്രസിഡണ്ടും ഗൗരവത്തിലിരിക്കുന്നു.

“തിലകൻ.... നിങ്ങൾക്ക് എന്തെങ്കിലും മറുപടി പറയാനുണ്ടോ...? വിഷയം ഗൗരവമുള്ളതാണ്.”

തിലകൻ രണ്ട് കൈകളും മുഖത്തമർത്തി ഒന്നും പറയാതെ ഇരുന്ന പ്പോൾ സെക്രട്ടറി തെല്ലുറക്കെ ചോദിച്ചു.

“ഞാൻ ചോദിച്ചത് തിലകൻ കേട്ടില്ലേ....?”

“ഉണ്ട് സാർ, ശരിയാംവണ്ണം ജോലി ചെയ്യണം എന്നെനിക്ക് ആഗ്രഹ മുണ്ട്. സാർ ഞാനിതൊന്നും മനപ്പൂർവ്വമല്ല ചെയ്യുന്നത്. വേണമെങ്കിൽ ലോങ്ങ്ലീവെടുക്കാം.” പറഞ്ഞുതീരും മുമ്പെ തിലകൻ വിതുമ്പി.

സെക്രട്ടറി എഴുന്നേറ്റ് തിലകനെ ആശ്വസിപ്പിച്ചു.

“ശരി നിങ്ങൾ ഡെസ്പാവേണ്ട. ജോലിയിൽ നല്ല ശ്രദ്ധയുണ്ടായിരുന്നാൽ മതി. ഒ.കെ? കുറച്ച് വിശ്രമിക്കൂ..... എന്നിട്ട് സീറ്റിൽ പോയിരുന്നോളൂ. വൈഫ് വിളിച്ചിരുന്നു. നാളെ കൗൺസിലിംഗ് ഉണ്ടല്ലോ. ഒക്കെ ശരിയാവും.”

തിലകൻ താഴ്ത്തിവെച്ചിരുന്ന മുഖം മെല്ലെ ഉയർത്തി. സെക്രട്ടറി ഫയലുകൾ പരിശോധിക്കാൻ തുടങ്ങിയപ്പോൾ വൈസ് പ്രസിഡണ്ട് ചിരി ച്ചുകൊണ്ട് ചോദിച്ചു. “തിലകേട്ടാ നിങ്ങളുടെ വാർഡുകളിലെ കെട്ടിട നികുതി പിരിവ് നാൽപത് ശതമാനത്തിൽ താഴെയാണ്. മറ്റെല്ലാ വാർഡുക ളിലും അത് എഴുപത് ശതമാനത്തിന് മുകളിലെത്തി. ഈ വർഷവും നമുക്കത് നൂറ് ശതമനമാക്കേണ്ടേ....?”

“മാഡം, ഈ മാസം അവസാനമാവുമ്പോഴേക്കും ഞാനത് കലക്ട് ചെയ്യും.” സെക്രട്ടറിയുടെ മുറിയിൽനിന്നും പുറത്തിറങ്ങിയ തിലകനെ

സേതുമാധവൻ വിളിച്ച് കുടുംബശ്രീ ഹോട്ടലിൽച്ചെന്ന് ചായ ഓർഡർ ചെയ്തു. ചായ കുടിച്ചുകൊണ്ടിരിക്കെ സേതുമാധവൻ ചോദിച്ചു.

"തിലകാ.... എന്താണ് നിങ്ങളുടെ യഥാർത്ഥ പ്രശ്നം. ഇപ്പോൾ നിങ്ങൾ എട്ടുകാലിയെ മാത്രമല്ല എല്ലാറ്റിനേയും പേടിക്കുന്നു. ചിലന്തി മനുഷ്യരെ സംബന്ധിച്ചിടത്തോളം നിസ്സാര ജീവിയല്ലേ....?"

ചിലന്തികൾ അപകടകാരികളല്ലെന്ന സേതുമാധവന്റെ അഭിപ്രായം കേട്ട് തിലകൻ അയാളെ അത്ഭുതത്തോടെ നോക്കിപ്പറഞ്ഞു. "നോ..... നിങ്ങൾ ബ്ലാക്ക് വിഡോവിനെ കുറിച്ച് കേട്ടിട്ടുണ്ടോ...? അവ ഇണചേർന്ന തിനുശേഷം പെൺചിലന്തി ആൺ ചിലന്തിയെ കൊല്ലും. ഭൂമിയിൽ ഏറ്റവും കൂടുതലുള്ളത് സന്ധിപാദികളാണ്. അവ ഏത് പ്രകൃതി ദുരന്ത ത്തേയും അതിജീവിച്ച് മണ്ണിനടിയിലും ജീവിക്കും. നിങ്ങൾക്കറിയോ, എട്ടുകാലികൾ ഷഡ്പദങ്ങളെയും മറ്റും കൊന്ന് ചോര കുടിച്ചാണ് ജീവി ക്കുന്നത്. അതിന്റെ വലയിൽ ചെറിയ ഷഡ്പദങ്ങൾ കുടുങ്ങും. എന്നിട്ട് ചോരയും നീരും വലിച്ചുകുടിക്കും. ചിലന്തി വലകളിൽ നിങ്ങൾ ഉണങ്ങിച്ചു രുണ്ട ജീവികളുടെ ശവങ്ങൾ കാണാറില്ലേ. അന്റാർട്ടിക വൻകരയിൽ ഒഴികെ ഈ ഭൂമുഖത്ത് അവ എല്ലാ സ്ഥലത്തും ഉണ്ട്. ഹിമാലയത്തിലും ശുദ്ധജലത്തിലും ജീവിക്കുന്ന ചിലന്തി വർഗ്ഗങ്ങളുണ്ട്. ചിലന്തി ആക്രമിച്ചാ ലുണ്ടാവുന്ന അലർജി തൊലിപ്പുറത്തുണ്ടാക്കുന്ന മാരകരോഗങ്ങളെ കുറിച്ച് നിങ്ങൾ കേട്ടിട്ടുണ്ടോ? എനിക്കത് ഓർക്കാൻകൂടി വയ്യ." തിലകന്റെ ഹ്രസ്വമായ പ്രസംഗം കേട്ട് സേതുമാധവൻ സ്തബ്ധനായി. കാഷ് കൗണ്ട റിൽ ഇരുന്ന കുടുംബശ്രീ സെക്രട്ടറി ശൈലജ സേതുമാധവനെ നോക്കി ചിരിച്ചു. സേതുമാധവൻ അത് ശ്രദ്ധിക്കാതെ തിലകന്റെ ഭാവി ജീവിത ത്തിലും ഔദ്യോഗിക ജീവിതത്തിലും ഉണ്ടാവാൻ സാധ്യതയുള്ള ഗൗരവ മേറിയ പ്രശ്നങ്ങളെകുറിച്ച് ചിന്താവിഷ്ടനായി.

ഓഫീസിൽനിന്നു വീട്ടിൽ നേരത്തെയെത്തിയ തിലകൻ കുളിക്കാതെ, ഭക്ഷണം കഴിക്കാതെ സ്വീകരണമുറിയിൽ തനിച്ചിരുന്നു. ഉമ തിലകന് മാംഗോജ്യൂസ് കൊടുത്തുകൊണ്ട് പറഞ്ഞു.

"തിലകേട്ടാ നമുക്ക് നാളെ ഡോക്ടറെ കാണാം. ഞാൻ ഫോണിൽ ബുക്കുചെയ്തിട്ടുണ്ട്."

മാംഗോജ്യൂസ് തിലകന് വളരെ പ്രിയപ്പെട്ടതാണ്. അയാൾ അതെടുത്ത് ഒരു കവിൾ കുടിച്ചു. എന്നിട്ട് ചിരിച്ചുകൊണ്ട് പറഞ്ഞു.

"ഉമേ..... ഇന്ന് സാർ എന്നോട്ട് വിശദീകരണം ചോദിച്ചിരുന്നു. വൈസ് പ്രസിഡണ്ട് ഇടപെട്ടതു കൊണ്ടാവാം അത് സോൾവ് ചെയ്തത്."

“നാളത്തെ കൗൺസിലിംങ്ങ് കഴിഞ്ഞാൽ എല്ലാം ശരിയാവും അല്ലേ. ആദ്യം ആ നശിച്ച ജീവികളെ പേടിക്കാതെ നോക്കാം.” ജ്യൂസ് മുഴുവൻ കുടിച്ചതിന് ശേഷം തിലകൻ എഴുന്നേറ്റു. എന്നിട്ട് പറഞ്ഞു.

“ഇന്ന് നേരത്തെ കിടുന്നുറങ്ങണം. ഉറക്കിന്റെ ക്ഷീണമുണ്ട്.”

അവർ ഒരുമിച്ച് മുറിയിൽ കയറി. തിലകൻ പതിവുപോലെ തൂത്തുവാരാൻ ചൂലെടുത്തപ്പോൾ ഉമ പറഞ്ഞു.

“വേണ്ട... ഈ മുറിയിലേക്ക് ഇന്ന് ഒരു ചിലന്തിയും വരില്ല.”

ഉമ ബ്രെഡ്ഡിന്റെ കവറിൽ കൊന്നിട്ട അഞ്ച് എട്ടുകാലികളുടെ ശവങ്ങൾ തിലകന് കാണിച്ചുകൊടുത്തു. തിലകന്റെ മുഖത്ത് ആദ്യം ചിരി പ്രകടമായി. പിന്നീടത് ചിന്തയിലേക്കും ഭയത്തിലേക്കും മാറി. ഉമ ബെഡ്റൂമിന്റെ വാതിലടച്ചു. ചിന്തയിൽ മുഴുകിക്കിടന്ന തിലകന്റെ അരികിലേക്ക് അവൾ ചേർന്ന് കിടന്നു. ഉമയുടെ ശരീരസാന്നിധ്യം തീരെ ഇഷ്ടപ്പെടാതെ തിലകൻ ഇടതുവശത്തേയ്ക്ക് ഒതുങ്ങിക്കിടന്നു. എപ്പോഴും തലയ്ക്കരികിൽ സൂക്ഷിക്കുന്ന എമർജൻസി ലാമ്പും ലൈറ്ററും അവിടെ ഉണ്ടോയെന്ന് പരിശോധിച്ച് ഉറങ്ങി.

തന്റെ മുഖത്ത് എന്തോ ഇഴഞ്ഞതു പോലെ തിലകന് തോന്നി. ഞെട്ടിയുണർന്ന് എമർജൻസി ലാമ്പ് ഓൺ ചെയ്തു. അത്ഭുതകാഴ്ച കണ്ട് തിലകൻ ഞെട്ടി. മുറിയുടെ തറയിലും ചുമരുകളിലും പറ്റിപ്പിടിച്ച് ഇഴയുന്ന അനേകം ചിലന്തിക്കൂട്ടങ്ങൾ, വിവിധ നിറങ്ങളിലും രൂപങ്ങളിലും....... ഉമ ചിലന്തികളെ കൊന്നതിന് പ്രതികാരം ചെയ്യാൻ വന്നതാണ്. തൊട്ടരികിൽ ഉമയെ കാണുന്നില്ല. അവൾ കിടന്ന സ്ഥലമാകെ ചിലന്തികൾ കയ്യടക്കിയിരിക്കുന്നു. ശബ്ദിക്കാൻ നോക്കി.... ശബ്ദം പുറത്തുവരുന്നില്ല. അൽപം കൂടി കഴിഞ്ഞാൽ അവറ്റകൾ ഒരുമിച്ച് കൂർത്ത കൊമ്പുകൾ കൊണ്ട് തന്റെ ചോര വലിച്ച് കുടിക്കുമെന്ന് ഉറപ്പിച്ചു. തലയിണയുടെ അടിയിൽവെച്ച ലൈറ്റർ എടുത്തു. തിലകൻ ബെഡ്ഷീറ്റിന്റെ മൂലയിൽ തീകൊളുത്തി. പച്ചയിൽ മഞ്ഞപ്പൂക്കൾ വിരിഞ്ഞുനിൽക്കുന്ന തുണിയിൽ തീ പടർന്നില്ല. ചിലന്തികൾ തിലകനെ പകയോടെ നോക്കി. കൈവിരലുകൾ അനക്കാൻ കഴിയുന്നില്ല. ചോരയും നീരും വലിച്ചുകുടിച്ച് ചുക്കിച്ചുളിഞ്ഞുകിടക്കുന്ന ജഡം ഓർക്കുന്തോറും തിലകന്റെ സർവ്വനാഡികളും മരവിച്ചു. അവയവങ്ങളിൽ ചൂട് അനുഭവപ്പെട്ടപ്പോഴാണ് പടർന്ന് കത്തുന്ന തീയിൽ ചിലന്തികളടക്കം സർവ്വതും വെന്ത് ദഹിക്കുന്നത് അയാൾ തിരിച്ചറിഞ്ഞത്.

ഇല കൊഴിഞ്ഞ പുളിമരം

പൂമുഖപ്പടി ഇറങ്ങി കവുങ്ങിൻ തോട്ടത്തിലേക്ക് നടക്കുമ്പോൾ അമ്മ പറഞ്ഞു. "അജയാ..... മഞ്ഞ് കൊണ്ട് അസുഖങ്ങൾ വരുത്തിവെയ്ക്കേണ്ട നീ....." രാത്രി അത്താഴം കഴിച്ചാൽ കവുങ്ങിൻ തോട്ടത്തിലെ പാറപ്പുറത്തിരുന്നാണ് സിഗരറ്റ് വലിക്കുന്നത്. ഒരു ദിവസം നാല് സിഗരറ്റാണ് പതിവ്. അതിരാവിലെ ഒന്ന്, ഉച്ചയൂണിന് ശേഷം ഒന്ന്, രാത്രി രണ്ടെണ്ണവും. ചിലപ്പോഴൊക്കെ അത് മൂന്നായി കുറയാറുമുണ്ട്.

പട്ടാളത്തിൽ നിന്നും വിരമിച്ച ശേഷമാണ് അച്ഛൻ മദ്യപിക്കാൻ തുടങ്ങിയത്. വിമുക്തഭടന് ലഭിക്കുന്ന കുപ്പികൾ അച്ഛൻതന്നെ കുടിച്ചു തീർക്കും. മദ്യപിക്കുമ്പോൾ ആരെയും കൂട്ടിന് ക്ഷണിക്കുകയോ പുകവലിക്കുകയോ ചെയ്യാറില്ല. അച്ഛന്റെ മരണത്തിന് ശേഷം ഞങ്ങൾ ഒരിക്കലും മദ്യം കാന്റീനിൽനിന്നും വാങ്ങിയിരുന്നില്ല. ഒരിക്കൽ അമ്മ എന്നോട് ചോദിച്ചു, "നിനക്ക് കുടിക്കാൻ അഗ്രഹമുണ്ടോ?" അന്ന് ഞാൻ അമ്മയുടെ മുഖത്തേക്ക് കനപ്പിച്ച് നോക്കിയതല്ലാതെ ഒന്നും പറഞ്ഞില്ല. അവശനായി ഉദരം വീർത്ത് കിടന്ന അച്ഛന് ആശുപത്രിക്കിടക്കയിൽ ദിവസങ്ങളോളം കൂട്ടിരുന്നപ്പോൾ ഞാൻ തീർച്ചപ്പെടുത്തിയതാണ് ഒരിക്കലും മദ്യം കഴിക്കില്ല എന്ന്. സംസാരശേഷി നഷ്ടപ്പെടുന്നതിനുമുമ്പെ അച്ഛൻ എന്നെ അരികിലിരുത്തി പറഞ്ഞു. മോനേ കുടിക്കരുത്, അച്ഛന് അവസാനമാണ് തെറ്റ് പറ്റിയത്. നാഗാലാന്റിലും മിസോറാമിലും ഒക്കെ കൊടുംതണുപ്പിൽ സേവനമനുഷ്ഠിക്കുമ്പോൾ മദ്യപിക്കാതിരുന്ന അച്ഛൻ എങ്ങനെയാണ് മദ്യത്തിന് അടിമയായത് എന്ന് ഞാൻ പലവട്ടം ചിന്തിച്ചിട്ടുണ്ട്.

അച്ഛനും അമ്മയ്ക്കും പാരമ്പര്യമായി ലഭിച്ച സ്വത്തും, ജോലിയിൽ നിന്ന് വിരമിച്ച ശേഷം അച്ഛൻ വാങ്ങിച്ച സ്ഥലവും നോക്കി നടന്നാൽ അച്ചുതന്റെ മക്കൾക്ക് സുഖമായി കഴിയാമെന്ന് ഹസ്സൻക്ക എപ്പോഴും പറയാറുണ്ട്. വെള്ളിയാഴ്ച മാത്രമാണ് ഞാൻ ഹസ്സൻക്കയുടെ ചായക്കടയിൽ കയറി ഭക്ഷണം കഴിക്കാറുള്ളത്. അന്ന് ഹസ്സൻക്ക പോത്ത് വരട്ടിയതും പുട്ടും ഉണ്ടാക്കും. ജുമാ നമസ്കാരത്തിന് മുമ്പേ ഞങ്ങൾ അത് കഴിച്ച് തീർക്കും. രാഷ്ട്രീയം പറയരുത്, കടം ചോദിക്കരുത് എന്ന പഴയ ബോർഡ്, സഖാവ് നാണുഏട്ടൻ ഒരു ദിവസം എടുത്ത് വലിച്ചെറിഞ്ഞു. ആഗോളവൽക്കരണം രാഷ്ട്രീയ ചർച്ചകളെയും ചിന്തകളെയും

കൊന്ന് കുഴിച്ചുമൂടിയ കാലത്ത് നാണുഏട്ടനും അപ്പുമാഷും മാത്രമേ വല്ലപ്പോഴും രാഷ്ട്രീയം പറയാറുള്ളൂ. കടം കൊടുക്കുകയും തിരിച്ചു വാങ്ങുകയും വീണ്ടും കൊടുക്കയുമാണ് കച്ചവടത്തിന്റെ രസതന്ത്ര മെന്ന് ഹസ്സൻക്കയും മനസ്സിലാക്കി വെച്ചിട്ടുണ്ട്.

അമ്മയുടെ മുമ്പിൽവെച്ച് ഒരിക്കലും സിഗരറ്റ് വലിച്ചിട്ടില്ല. എങ്കിലും അമ്മയ്ക്കറിയാം, അച്ഛനെപ്പോലെ മകൻ മദ്യപിക്കുന്നില്ലായെന്ന് സമാധാനിക്കുന്നുണ്ടാവും. അത് മതി. അച്ഛനുണ്ടായിരുന്ന കാലത്ത് കവുങ്ങിൻതോട്ടം നിറയെ പഴുക്കടക്കകൊണ്ട് സമ്പന്നമായിരുന്നു. വയലിൽ രണ്ട് തവണ നെൽകൃഷിയും തെങ്ങിൻ തോട്ടത്തിൽ കിളയുംവ ളമിടലും ഒക്കെയുണ്ടായിരുന്നു. കൃഷിയിൽനിന്നും ഞങ്ങൾ മെല്ലെ പിൻ മാറിയതിന്, മുഖ്യകർഷകത്തൊഴിലാളിയായിരുന്ന ശങ്കരേട്ടൻ എപ്പോഴും അമ്മയോട് പരാതി പറയും. "എനിക്ക് വയസ്സായില്ലേ..... ഇനി ഇതൊക്കെ നോക്കി നടത്തേണ്ടത് അജയനല്ലേ..?" നമ്മുടെ രാജ്യം കർഷകരുടെ ശവപ്പറമ്പായതും അനുദിനം കർഷകർ ആത്മഹത്യ ചെയ്യുന്നതും പത്രം വായിക്കാത്ത എന്റെ അമ്മയ്ക്കറിയില്ല. ഗ്ലിസറിൻ പുരട്ടി മത്സരിച്ച് കരയുന്ന നടിമാർ ഭരിക്കുന്ന സീരിയലുകൾ മുടങ്ങാതെ കാണാറുള്ള എന്റെ അമ്മയുടെ ലോകം വളരെ ചെറുതായിരുന്നു.

കവുങ്ങിൻ പട്ടകൾക്കിടയിലൂടെ എത്തിനോക്കുന്ന ചന്ദ്രനെ നോക്കി നനഞ്ഞ അന്തരീക്ഷത്തിലേക്ക് സിഗരറ്റ് വലിച്ചൂതുമ്പോഴാണ് തൊണ്ണൂറാം പാടത്തിന്റെ അക്കരെ നിന്നും ബഹളം കേട്ടത്. ശബ്ദം കൂടി വന്നപ്പോൾ പാറപ്പുറത്ത് നിന്നും ഞാൻ എഴുന്നേറ്റു. എന്തായിരിക്കും? കേളപ്പേട്ടന്റെ മകളുടെ കല്ല്യാണം കഴിഞ്ഞിട്ട് രണ്ട് ദിവസം കഴിഞ്ഞില്ല്യേ. മരിച്ചു പോകുമെന്ന് ഉറപ്പിച്ചിരുന്ന വർക്കിച്ചേട്ടൻ ആശുപത്രിയിൽ നിന്നും സുഖം പ്രാപിച്ച് തിരിച്ചെത്തിയത് ഇന്നലെ ആണല്ലോ. തരിശിട്ടിരുന്ന വയൽവരമ്പുകൾ പിന്നിട്ട് ചെമ്മൺ പാതയുടെ അരികിലെത്തിയപ്പോ ഴേക്കും കിതച്ചിരുന്നു. നാലു ദിശകളിൽനിന്നും വെളിച്ചം തെളിയിച്ചു വരുന്നവരുടെ എണ്ണം പെരുകി വന്നു. എന്റെ തൊട്ടുമുമ്പിൽ നടക്കാൻ കഴിയാതെ നിൽക്കുന്ന സഖാവ് നാണുഏട്ടൻ കിതച്ചുകൊണ്ട് പറഞ്ഞു "എടോ നാണി പോയീന്നാ തോന്നുന്നത്". അപ്പോഴാണ് ഞാൻ നാണി യമ്മയെ കുറിച്ചോർത്തത്. രാവുണ്ണിനായരുടെ വിശാലമായ പറമ്പിന്റെ ഓരത്ത് കുടികിടപ്പ് ലഭിച്ച സ്ഥലത്ത് ഒരിക്കലും പണിതീരാത്ത ഒറ്റമുറി വീട്ടിൽ കഴിയുന്ന വിധവയും രോഗിയുമായ നാണിയമ്മ മരിച്ചാൽ അൽപ്പം ചിത്തഭ്രമമുള്ള മാളുഏടത്തിയ്ക്ക് ഇനി ആരാ ഉള്ളത്.

മുറ്റം നിറഞ്ഞ് നിൽക്കുന്ന ആൾക്കൂട്ടം. തിരിച്ചുപോവുന്ന വാസു

പറഞ്ഞു. "എടാ ഓൾക്ക് വീണ്ടും ഭ്രാന്തിളകി. നല്ല സീനുണ്ട്. ഞാൻ പോയിട്ട് ഉടനെ വരാം." ബഹളത്തിൽനിന്നും നാണിയമ്മ വിലപിക്കുന്ന നേർത്ത ശബ്ദം എന്റെ ഹൃദയത്തെ കൊളുത്തിവലിച്ചു. മാളുഏടത്തി കല്ല്യാണപ്രായം കഴിഞ്ഞ് അവിവാഹിതയായി നിൽക്കാൻ തുടങ്ങിയിട്ട് വർഷങ്ങളായി. അമ്മ പറയാറുണ്ട് മാളുഏടത്തി എന്റെ മൂത്ത പെങ്ങളുടെ തുണയാ.... ഗൗരിയേടത്തിയ്ക്ക് നാൽപ്പത്തിരണ്ട് വയസ്സ് കഴിഞ്ഞു. സുന്ദരിയും ആരോഗ്യവതിയുമായ മാളുഏടത്തിയെ എന്തുകൊണ്ടാണ് ആരും കെട്ടാഞ്ഞത് എന്ന് അവരെ കാണുമ്പോഴൊക്കെ ഞാൻ ഓർത്തിട്ടുണ്ട്.

ഗോതമ്പിന്റെ നിറം. ഇടതൂർന്ന നീണ്ട ചുരുണ്ട മുടി, അജ്ഞാതനായ ഏതോ ശിൽപ്പി വർഷങ്ങൾക്ക് മുമ്പ് കാവിൽ കൊത്തിവെച്ച ഭഗവതിയുടെ കരിങ്കൽ ശിൽപ്പം പോലെ കടഞ്ഞെടുത്ത ശരീരം.

എത്ര ആലോചനകൾ മാളു ഏടത്തിയെ തേടിയെത്തിയിട്ടുണ്ട്. ഓരോന്നും ഓരോ കാരണം പറഞ്ഞ് മുടങ്ങി. നാണിയമ്മയുടെ അമ്മയ്ക്കും ചിത്തഭ്രമം ഉണ്ടായിരുന്നു. എന്റെ ഓർമ്മയിൽ മാളുഏടത്തിക്ക് പറയത്തക്ക മാനസിക വിഭ്രാന്തി ഉണ്ടായിരുന്ന അനുഭവമില്ല. എസ്. എസ്. എൽ. സി. പരീക്ഷ തോറ്റപ്പോൾ ഭഗവതിയുടെ ശ്രീകോവിലിന് മുന്നിൽ നിന്ന് മാളുഏടത്തി മുടി അഴിച്ചിട്ട് പൊട്ടിക്കരഞ്ഞു. അന്ന് മുതലാണ് മാളുഏടത്തി കൊച്ചുഭ്രാന്തിയായി അറിയപ്പെടാൻ തുടങ്ങിയത്.

എന്റെ മുന്നിൽ മറഞ്ഞുനിന്ന ഒരു കാരണവരെ ഞാൻ പിടിച്ചുമാറ്റി. ഒറ്റമുണ്ട് മാത്രം ധരിച്ച് അർദ്ധനഗ്നയായ മാളുഏടത്തി വലത് കയ്യിൽ കൊടുവാൾ ഉയർത്തിപ്പിടിച്ച് കോമരത്തെപ്പോലെ ഉറഞ്ഞ് തുള്ളുന്നു. ജാതി, മത, പ്രായ, കക്ഷി വ്യത്യാസമില്ലാതെ സകലരും മാളുഎടത്തിയെ അസ്വദിക്കുന്നു. ചിലർ മനോനില തെറ്റിയ മാളുഏടത്തിയെ പിടിച്ചുമാറ്റിയാൽ ഉണ്ടാകുന്ന അപകടം ഓർത്ത് മാറിനിൽക്കുന്നു. "മാളുഏടത്തീ മിണ്ടരുത്." സകല ശക്തിയും ആർജ്ജിച്ച് ഞാൻ അലറി. പെരുമഴ പെയ്തു തീർന്നപോലെയുള്ള നിശബ്ദത. മാളുഏടത്തി എന്തോ ശബ്ദിക്കാൻ ഒരുങ്ങുംമുമ്പേ ഞാൻ അവരുടെ കയ്യിൽ അമർത്തിപ്പിടിച്ചു. കൊടുവാൾ താഴെ വീണു. മാളുഏടത്തിയുടെ കയ്യിലുണ്ടായിരുന്ന കുപ്പിവള പൊട്ടിപൊടിഞ്ഞ ചോര എന്റെ കൈകളിൽ നനവുണ്ടാക്കി. മുറ്റത്തെ അയലിൽ തൂക്കിയിട്ടിരുന്ന മുണ്ടെടുത്ത് ഞാൻ അവരുടെ നഗ്നത മറച്ചു.

എന്റെ കരുത്തിനുമുന്നിൽ മാളുഏടത്തി കീഴടങ്ങി. അനുസരണയുള്ള ഒരു കുഞ്ഞിനെപ്പോലെ അവർ എന്റെ കൈകളിൽ ഒതുങ്ങി വീട്ടിനകത്തേക്ക് കയറി. ക്ഷീണിതയായ മാളുഏടത്തിയെ ഞാൻ

കട്ടിലിൽ ഇരുത്തി. പുറത്തുനിന്നും വാതിലടച്ചു. ജനങ്ങൾ കൂട്ടമായും ഒറ്റ തിരിഞ്ഞും നാണിയമ്മയുടെ വീട് വിട്ടിറങ്ങി. നാണിയമ്മയെ സഖാവ് നാണുഏട്ടൻ താങ്ങി വരാന്തയിലിരുത്തി. അവശേഷിച്ചത് ഞങ്ങൾ നാല്പേർ. മദ്യപിച്ച് അവശനായ ഷാപ്പുകാരൻ അന്തോണി, എന്റെ സുഹൃത്ത് ഉണ്ണി, സഖാവ് നാണുഏട്ടൻ. ഞങ്ങൾ ഭാവികാര്യങ്ങൾ ചർച്ച ചെയ്തു. മാളുഏടത്തിയേയും നാണിയമ്മയേയും തനിച്ചാക്കുന്നത് അപകടമാണ്. മാളുഏടത്തിയുടെ മാനസികനില പൂർണമായും സാധാരണനിലയിലായിട്ടില്ല. എന്നെയും ഉണ്ണിയേയും കാവലിരുത്താൻ തീരുമാനിച്ച് സഖാവ് നാണുഏട്ടനും ഷാപ്പുകാരൻ അന്തോണിയും പിരിഞ്ഞു.

ആകാശത്തിന്റെ നെറുകയിൽനിന്നും ചന്ദ്രൻ ഭൂമിയെ തീഷ്ണമായി നോക്കി. സമുദ്രതീരങ്ങളിൽ, പർവ്വതങ്ങളുടെ താഴ്വരകളിൽ, മണലാരണ്യങ്ങളിൽ കോടാനുകോടി മനുഷ്യർ നിസ്സാരമായ ജീവിതം അനേകം വേഷങ്ങൾ അണിഞ്ഞ് അഭിനയിച്ച് തീർക്കുന്നു. മഹാമാരികൾ, പ്രകൃതിദുരന്തങ്ങൾ, വംശീയ കലാപങ്ങൾ, പട്ടിണി മരണങ്ങൾ അങ്ങനെ പ്രപഞ്ചം എഴുതിവെച്ച തുടക്കവും ഒടുക്കവുമില്ലാത്ത തിരക്കഥകളിൽ കഥാപാത്രങ്ങളായി മാളുഏടത്തിയും നാണിയമ്മയും ഉണ്ണിയും ഞാനും.

അവശേഷിച്ച സിഗരറ്റ് ഞാനും ഉണ്ണിയും പങ്കിട്ട് വലിച്ച് തീർത്തു. മാളുഏടത്തി കട്ടിലിൽ കിടന്നുമയങ്ങുന്നു. തൊട്ടുതാഴെ കിടന്നുറങ്ങുകയാണ് നാണിയമ്മ. വരാന്തയിൽ കിടന്നപാടെ ഉണ്ണി കൂർക്കം വലിച്ചുറങ്ങി. കുറേശ്ശെ പനിയുണ്ടെന്ന് അവൻ നേരത്തെ പറഞ്ഞിരുന്നു. മറ്റ് മാർഗ്ഗങ്ങൾ ഇല്ലാത്തതുകൊണ്ടാണ് അവൻ സഖാവ് നാണുഏട്ടനെ അനുസരിച്ചത്.

മകരമഞ്ഞിന്റെ ആലസ്യത്തിൽ അമർന്ന് എത്രനേരം ഇരുന്ന് മയങ്ങിയെന്ന് എനിക്ക് ഓർമ്മയില്ല. ചൂടേറിയ കരസ്പർശം മുഖത്ത് ഏറ്റപ്പോൾ ഞാൻ ഞെട്ടിയുണർന്നു. നിലാവിന്റെ പ്രഭയിൽ മഞ്ഞിൽ കുളിച്ച് ദേവീശിൽപ്പംപോലെ നിൽക്കുന്ന മാളുഏടത്തി. ബോധമനസിലേക്ക് ഞാൻ തിരിച്ചുവരുമ്പോഴേക്കും മാളുഏടത്തി എന്നെ വലിച്ച് എഴുന്നേൽപ്പിച്ചു.

രാവുണ്ണിനായരുടെ പറമ്പിലെ ഇലകൾ കൊഴിഞ്ഞ പുളിമരത്തിന്റെ ചുവട്ടിൽ ഞങ്ങൾ നിന്നു. എന്റെ കൗമാരത്തിലും യൗവനത്തിലും മാളു ഏടത്തിയെ ഞാൻ വഴിയോരങ്ങളിലും, കുളക്കടവിലും, റേഷൻകടക്ക് മുമ്പിലുമൊക്കെ കണ്ടിട്ടുണ്ട്. അന്നൊന്നും ഞാൻ അവരെ പ്രത്യേകം ശ്രദ്ധിച്ചിരുന്നില്ല. എന്റെ കണ്ണുകൾ നിയന്ത്രണവും ലജ്ജയുമില്ലാതെ

മാളുഏടത്തിയുടെ അവയവങ്ങളിലൂടെ ഒഴുകിനടന്നു. നിലാവിൽ അവരുടെ നിഴൽ ഒരു സർപ്പത്തെപ്പോലെ മണ്ണിൽ ഇളകി. ദൈവമേ, മാളുഏടത്തിയെപ്പോലെ ഞാനും ഭ്രാന്തനാവുകയാണോ.... ഉണ്ണിയോ, നാണിയമ്മയോ അല്ലെങ്കിൽ മറ്റാരെങ്കിലുമോ ഞങ്ങളെ ഈ നിലയിൽ കണ്ടാൽ എന്തായിരിക്കും സ്ഥിതി. ഞങ്ങളെ തെറി വിളിക്കും, കല്ലെറിയും സമൂഹത്തിന്റെ മുഖ്യധാരയിൽനിന്നും ഒറ്റപ്പെടുത്തും. എന്തോ പറയാൻ എന്റെ ചുണ്ടുകൾ അനങ്ങുംമുമ്പെ മാളുഏട്ടത്തി എന്റെ മുഖം കൈകൊണ്ട് അമർത്തി. കൈവിരലുകളിൽനിന്നും അരിച്ചിറങ്ങിയ ലഹരി എന്റെ ഉടലാകെ പടർന്ന് തരംഗങ്ങൾ സൃഷ്ടിച്ചു. മാളു ഏടത്തിയുടെ ബലിഷ്ഠമായ ആലിംഗനത്തിൽ അമർന്ന് ഞങ്ങൾ ഇരുവരും മണൽപ്പരപ്പിലേക്ക് തെന്നിവീണു.

"മാളുഏടത്തീ, വേണ്ട...... പ്ലീസ്" ഞാൻ യാചിച്ചു. അവരുടെ സമൃദ്ധമായ സ്തനങ്ങൾ എന്റെ നെഞ്ചിൽ അമർന്നു. എന്റെ ഇരു കൈകളും മണ്ണിൽ അമർത്തിവെച്ച് മുഖം ചേർത്തുവെച്ച് മാളുഏടത്തി ചെവിയിൽ മന്ത്രിച്ചു.

" മോനെ അജയാ, മാളുഏടത്തിയ്ക്ക് ഭ്രാന്തില്ല....... ഞാനൊരു പെണ്ണാ....."

പുളിമരത്തിന്റെ ശിഖരത്തിലൂടെ എത്തിനോക്കുന്ന ചന്ദ്രനെ കണ്ടപ്പോൾ എനിക്ക് ലജ്ജ തോന്നി. പുൽനാമ്പുകളിൽ പതിഞ്ഞ മഞ്ഞുകണികകൾ ഞങ്ങളുടെ ഉടലിൽ തട്ടിയുടഞ്ഞു.

എങ്ങനെ നല്ല കമ്മ്യൂണിസ്റ്റാവാം

ആഗസ്ത് പത്തൊമ്പത്........ സഖാവ് അനന്തകൃഷ്ണനെ സ്മാർത്ത വിചാരത്തിന് ശേഷം പാർട്ടി അംഗത്വത്തിൽനിന്നും ആറ് മാസത്തേക്ക് സസ്പെന്റ് ചെയ്തു. ആഗസ്ത് ഇരുപത്, ഇരുപത്തിയൊന്ന് തിയ്യതികളിൽ സഖാക്കൾ കൂട്ടംചേർന്നും അല്ലാതെയും അനന്തകൃഷ്ണനെ സന്ദർശിച്ച് ആശ്വാസം പകരുകയും അയാളുടെ ഭൂതകാലത്തെ ആവേശപൂർവ്വം ഓർമ്മപ്പെടുത്തുകയും ചെയ്തു. പാർട്ടി നടപടിയിൽ അഭിമാനിക്കുന്നതായി അനന്തകൃഷ്ണൻ അവരോട് പറഞ്ഞു.

അനന്തകൃഷ്ണൻ ജനിച്ചത് ഇടത്തരം നായർ കുടുംബത്തിലാണ്. ജീവിതത്തിൽ ഒരിക്കൽപോലും ദാരിദ്ര്യം അനുഭവിച്ചിരുന്നില്ല. കമ്മ്യൂണിസ്റ്റ് പാർട്ടിക്ക് എടുത്തുപറയത്തക്ക ചരിത്രം ഇല്ലാത്തതാണ് അയാളുടെ ഗ്രാമം. ജീവിച്ചിരിക്കുന്നതോ മരിച്ചതോ ആയ ഒരു സഖാവും അയാളുടെ ജീവിതത്തെ സ്വാധീനിക്കുകയോ സ്പർശിക്കുകയോ ഉണ്ടായിട്ടില്ല. എന്നിട്ടും എങ്ങനെ കമ്മ്യൂണിസ്റ്റായി എന്ന് പലപ്പോഴും ചിന്തിച്ചിട്ടുണ്ട്. ഇതിന് കാരണമായ വസ്തുനിഷ്ഠവും, ആത്മനിഷ്ഠവുമായ സാഹചര്യങ്ങൾ എന്താണ് എന്നത് ഒരു പ്രഹേളികയാണ്.

ജനകീയ ജനാധിപത്യവിപ്ലവം എന്ന സ്വപ്നം മനസ്സിൽ സൂക്ഷിച്ച്, തന്റെ അവയവം പോലെ കൊണ്ടുനടന്ന പാർട്ടി അംഗത്വം, മുപ്പത്തിയാറ് വർഷങ്ങൾക്ക് ശേഷം കൈമോശം വന്നിരിക്കുന്നു. ഫ്യൂഡൽ ചെറ്റത്തരങ്ങളിൽ ചിലതെല്ലാം ഇപ്പോഴും അവശേഷിക്കുന്നുണ്ട് എന്ന് മുതിർന്ന സഖാക്കൾ പലപ്പോഴായി സംഘടനയ്ക്കകത്ത് ഓർമ്മപ്പെടുത്തിയിരുന്നു. തെറ്റുകൾ എന്തുകൊണ്ട് തിരുത്താൻ കഴിയാതെ പോയി എന്ന ആകുലത അനന്തകൃഷ്ണനെ തനിച്ചിരിക്കുമ്പോഴൊക്കെ വേട്ടയാടാൻ തുടങ്ങി.

ആഗസ്ത് ഇരുപത്തിയാറിന് കടുത്ത നെഞ്ചുവേദനയെ തുടർന്ന് അനന്തനെ നഗരത്തിലെ സ്വകാര്യ ആശുപത്രിയിലെത്തിച്ചു. ഹൃദയധമനികളിൽ രക്തത്തിന്റെ ഒഴുക്കിനുണ്ടായിരുന്ന തടസ്സം ശസ്ത്രക്രിയയിലൂടെ നീക്കം ചെയ്തശേഷം ശീതീകരിച്ച അതീവ ജാഗ്രതാനിരീക്ഷണമുറിയിലേക്ക് മാറ്റി. നീണ്ട മയക്കത്തിൽനിന്നും ബോധമനസ്സ് അനന്തകൃഷ്ണനെ ഒരു സ്വപ്നത്തിൽനിന്നെന്നപോലെ ഉണർത്തി. ഇളംനീല

വെളിച്ചം കണ്ണുകൾ കഴുകി. കൊള്ളിയാൻ പോലെ ഒരു ചോദ്യം അനന്തന്റെ ശുദ്ധീകരിച്ച ഹൃദയപാളികളിൽ വന്ന് തട്ടി.

"എങ്ങനെ നല്ല കമ്മ്യൂണിസ്റ്റാവാം"?

ആശുപത്രിക്കിടക്കയിൽ ആരോഗ്യം നേർന്നെത്തിയ സഖാക്കളിൽ ആത്മബന്ധമുള്ള ചിലരോട് അനന്തകൃഷ്ണൻ ഈ ചോദ്യം പങ്കിടാൻ ആഗ്രഹിച്ചുവെങ്കിലും ഭാര്യ അയാളുടെ വായതുറക്കാൻ പോലും അനുവദിച്ചില്ല. എങ്ങനെ നല്ല കമ്മ്യൂണിസ്റ്റാവാം എന്ന വിഖ്യാതപുസ്തകമെഴുതിയ ലു ഷാവ് ചി ഇപ്പോൾ ജീവിപ്പിരിപ്പില്ല. ചൈനീസ് കമ്മ്യൂണിസ്റ്റ് പാർട്ടി നേതാക്കൾ ആരുമിപ്പോൾ ഇന്ത്യ സന്ദർശിക്കുന്നുമില്ല. എങ്കിലും ഈ ചോദ്യം അനന്തനെ നിഴൽപോലെ പിന്തുടർന്നു.

ആഗസ്ത് ഇരുപത്തിയൊമ്പതിന് ആശുപത്രിയിലെ തടവറയിൽ നിന്നും അനന്തകൃഷ്ണൻ മോചിതനായി. കഴിക്കേണ്ട മരുന്നുകളുടെ അളവ്, സമയക്രമങ്ങൾ, ഭക്ഷണത്തിന്റെ പഥ്യം അങ്ങനെ ഒരു മാസം അനന്തകൃഷ്ണൻ എങ്ങനെ ജീവിക്കണമെന്ന് സിസ്റ്റർ അരമണിക്കൂർ നേരം ക്ലാസ്സെടുത്തു. ഒരു കൈപ്പുസ്തകവും നൽകി. എന്നിട്ട് വീൽച്ചെയറിൽ ഇരുത്തി, ശസ്ത്രക്രിയക്ക് നേതൃത്വം നൽകിയ ഡോക്ടറുടെ മുറിയിലെത്തിച്ചു.

ഫ്രെഡറിക് ഏംഗൽസിനെപ്പോലെ താടിവളർത്തിയ ഡോക്ടർ, അനന്തകൃഷ്ണന്റെ കൈകൾ ഗ്രഹിച്ച് ശബ്ദം താഴ്ത്തി പറഞ്ഞു. "അനന്തകൃഷ്ണൻ നിങ്ങളുടെ ഹൃദയം സാധാരണനില കൈവരിക്കാൻ ഞങ്ങൾ തരുന്ന മരുന്നുകൾക്ക് കഴിയും, തീർച്ച. പക്ഷേ അതിന്റെ ഉള്ളറയിൽ ഒരു ഹൃദയമുണ്ട്. അതിനെ ചികിത്സിക്കാൻ വൈദ്യശാസ്ത്രത്തിന് കഴിയില്ല. നിങ്ങളുടെ മസ്തിഷ്കകോശങ്ങളും ഇന്ദ്രിയങ്ങളും, ചലിക്കുന്നതും ചിന്തിക്കുന്നതും നിങ്ങളുടെ പാർട്ടി ഭരണഘടനയ്ക്ക് വിധേയമായിട്ടല്ല. അതുകൊണ്ട് കൂടുതൽ പ്രഷർ ഉണ്ടാവാതെ ശ്രദ്ധിക്കണം. ഇനിയും ഇവിടേക്ക് രോഗിയായി വരാതിരിക്കട്ടെ എന്നാശംസിക്കുന്നു"

ബന്ധുക്കൾ ഭാര്യയുടെ തറവാട്ടിൽ ചെന്ന് വിശ്രമിക്കാൻ നിർബന്ധിച്ചു. ഒരിക്കലും വയ്യെന്ന് അനന്തകൃഷ്ണനും. അവസാനം അയാളുടെ വീട്ടിലേക്ക് തന്നെ തിരിച്ചു.

അച്ഛന്റെ മരണത്തിനുശേഷമാണ് അനന്തൻ അമ്മയുടെ വീട്ടിൽ താമസമാക്കിയത്. ശിവന്റെ അമ്പലത്തിനടുത്തുവരെ പരന്ന് കിടക്കുന്ന വിശാലമായ വയലുകൾ. ചുവന്ന സൂര്യൻ എന്നും അലിഞ്ഞുതീരുന്ന

വാളാർകുന്ന്. ഇടവപ്പാതിയിൽ നിറഞ്ഞ് മകരമഞ്ഞുവരെ ഒഴുകിയിരുന്ന കാരാംതോട്..... കൂത്തമ്പലവും അമ്പലക്കുളവും ഇല്ലങ്ങളും മഠങ്ങളും നിറഞ്ഞ പുരാതനക്ഷേത്രഗ്രാമം.

വിപ്ലവസ്വപ്നങ്ങൾ കണ്ട് മയങ്ങിയ വയസ്സൻ ആൽത്തറ, കൽപ്പടവുകൾ തേഞ്ഞുതീർന്ന അമ്പലക്കുളം, മാറ് തുരന്നെടുത്ത് വികൃതമായ വാളാർകുന്ന്; വയലുകളും കാരാംതോടും ചരിത്രമായി. എങ്കിലും അനന്തകൃഷ്ണന്റെ ഹൃദയം ഇവിടെയാണ്. സന്ദർശകർക്ക് പ്രവേശനമില്ലെന്നും സംസാരിക്കരുതെന്നുമുള്ള ഭാര്യയുടെ നിർദ്ദേശം ബന്ധുക്കളും സഖാക്കളും കൃത്യമായി പാലിച്ചു. സന്ദർശകരെ കുറയ്ക്കുന്നതിന് ഗേറ്റ് അടച്ചിടണമെന്ന് ഭാര്യ പറഞ്ഞു. ഏതാണ്ട് പത്ത് വർഷങ്ങൾക്ക് മുമ്പാണ് ഭാര്യയുടേയും മകളുടേയും നിരന്തര ആവശ്യപ്രകാരം അനന്തകൃഷ്ണൻ വീടിനുമുന്നിൽ ഗെയ്റ്റ് പണിയിച്ചത്. അന്ന് മാത്രം അതിന്റെ വാതിൽ അടഞ്ഞുകിടന്നു. പിന്നീടത് രാവും പകലും തുറന്നിട്ടു. ഗെയ്റ്റ് അടച്ചിടാൻ ഭാര്യ പറഞ്ഞപ്പോഴൊക്കെ എന്റെ മരണശേഷം നീയത് അടച്ചിട്ടോളൂ എന്നാണ് അനന്തൻ പറഞ്ഞത്-രാത്രി മരുന്നുകഴിച്ച് ഉറങ്ങും മുമ്പെ ദിനചര്യയെന്നോണം ഭാര്യ ഉപദേശങ്ങൾ നൽകി. “പൊതുപ്രവർത്തനം വിഡ്ഢിത്തമാണ്. നിങ്ങളെപ്പോലെ ഒരു ഭ്രാന്തൻ സഖാവ് ഇക്കാലത്ത് പാർട്ടിയിലുണ്ടോ. നിങ്ങളെക്കാൾ പ്രായംകുറഞ്ഞ ഹരിമാഷെ നോക്ക്.. അയാൾ വേണ്ടതിനും വേണ്ടാത്തതിനും പ്രശ്നങ്ങൾ ഉണ്ടാക്കാറുണ്ടോ? യാന്ത്രികനായ ഒരു കമ്മ്യൂണിസ്റ്റ്. എനിക്ക് അയാളുടെ ഭാര്യയോട് അസൂയയാണ്. അനന്തേട്ടാ നോക്കൂ... എനിക്കും മോൾക്കും നിങ്ങൾ മാത്രമേയുള്ളൂ... അന്യന്റെ പ്രശ്നങ്ങൾക്ക് ഇമോഷണലായി പ്രതികരിക്കുന്ന നിങ്ങൾ എന്നെയും മകളേയും ഓർക്കാറുണ്ടോ?... ഭാര്യയെന്ന നിലയിൽ നിങ്ങളും ഞാനും തമ്മിലുള്ള ബന്ധം എത്രമാത്രം ചെറുതാണ്'?”

ഡോക്ടറുടെ നിർദ്ദേശപ്രകാരം ഒരു മാസം കഴിഞ്ഞപ്പോൾ അനന്തകൃഷ്ണൻ സാവധാനം വീടിന് പുറത്തിറങ്ങി നടക്കാൻ തുടങ്ങി. ഷെയ്വ് ചെയ്ത് മുഖം കഴുകി ഇഡ്ഢലിയും സാമ്പാറും കഴിച്ചിരിക്കുമ്പോഴാണ് ഭാര്യയുടെ ഓഫീസിലെ മേലുദ്യോഗസ്ഥനായ ഹാരിസ് സാർ കാണാൻ വന്നത്. കപ്പലണ്ടിയും മധുരം ചേർക്കാത്ത കാപ്പിയും കഴിച്ചുകൊണ്ട് ഹാരിസ് സാർ അനന്തകൃഷ്ണനെ ഉപദേശിക്കാൻ തുടങ്ങി. ഇടയ്ക്കുവെച്ച് ഭാര്യയും ഈ ദൗത്യത്തിൽ പങ്കുചേർന്നു.

“സാർ, ഇയാൾ മാത്രമേ പാർട്ടിയിൽ പഴഞ്ചനായിട്ടുള്ളൂ. മറ്റുള്ളവർ പ്രായോഗികമായി ചിന്തിച്ചു പ്രവർത്തിക്കുന്നു”. ഹാരിസ് സാർ യാത്ര പറഞ്ഞ് ഇറങ്ങുംമുമ്പെ അനന്തനെ അടുത്തേക്ക് വിളിച്ചു പറഞ്ഞു.

“അനന്താ... ഈ ലോകം അനുദിനം മാറിക്കൊണ്ടിരിക്കുകയാണ്. മാർക്സിന്റെ ദർശനത്തിലെന്നപോലെ എല്ലാം മാറിക്കൊണ്ടിരിക്കുന്നു എന്നതാണ് മാറ്റമില്ലാതെ തുടരുന്ന ഏക പ്രക്രിയ. സാമ്പത്തിക ആധിപത്യം അരക്കിട്ടുറപ്പിച്ച് ലാഭം മാത്രം ലക്ഷ്യം വെച്ച് ഈ ലോകം മുഴുവൻ ഒരു കൂടക്കീഴിലെ ചന്തയായി മാറ്റിയ ആഗോളീകരണ കാലത്ത് നിങ്ങൾ കുടുംബത്തിനുവേണ്ടി ജീവിക്കുക. അവരുടെ ഉത്തരവാദിത്തങ്ങൾ നിറവേറ്റുക”.

ഉച്ചയൂണ് കഴിഞ്ഞ് മയങ്ങുമ്പോഴാണ് കുമാരേട്ടൻ കാണാൻ വന്നത്. പ്രായം കുമാരേട്ടനെ ഒരുപാട് മാറ്റിയിരിക്കുന്നു. കറുത്തുതടിച്ച് കൊമ്പൻമീശയുള്ള കുമാരേട്ടൻ അനന്തന്റെ ഗ്രാമത്തിലെ ആദ്യകാല പാർട്ടി പ്രവർത്തകനാണ്. കുമാരേട്ടൻ വിളിച്ച മുദ്രാവാക്യങ്ങൾ ഏറ്റുവിളിച്ച് ഇടവഴികളിലൂടെയും വയൽവരമ്പിലൂടെയും എത്രയോ തവണ നടന്നിട്ടുണ്ട്. “ സഖാവ് ബേജാറാവരുത്..... ബി. ടി. ആറിനെയും, ഡാങ്കെയേയും പുറത്താക്കിയ പാർട്ടിയാണ് നമ്മളുടേത്..... ഇമ്മക്കല്ലാണ്ട് ഇത് വേറെ ഏത് പാർട്ടിക്കാ കഴിയാ.... ഓലൊക്കെ പുറത്താക്കാൻ തുടങ്ങ്യാ ആരാ ബാക്കീണ്ടാവാ....?”

ചിങ്ങമഴ തോർന്നപ്പോൾ ജനലഴികളിലൂടെ നേർത്ത നിലാവ് ഒളിച്ചു നോക്കി. ഓർമ്മകൾ അനന്തന്റെ ഭൂതകാലത്തെ ഭാണ്ഡക്കെട്ടുകൾ അഴിച്ചിടാൻ തുടങ്ങി. അനുഭാവി ഗ്രൂപ്പിൽനിന്നും പാർട്ടി അംഗത്വത്തിലേക്ക്. ഏറെ വൈകാതെ ബ്രാഞ്ച് സെക്രട്ടറി, യുവജനപ്രസ്ഥാനത്തിന്റെ നേതാവ്, പിന്നിട്ട വഴിത്താരയിൽ രാവുപകലുകൾ ഒന്നിനൊന്ന് സജീവവും ഊഷ്മളവുമായിരുന്നു. ഗുണ്ടകളുടെ കൊലവിളികൾ, ലോക്കപ്പ് മർദ്ദനം, ജയിൽവാസം, നിഴൽപോലെ പിന്തുടർന്ന അനേകം കേസുകൾ, സമരമുഖങ്ങളിലും പ്രതിസന്ധികളുടെ നീർച്ചുഴികളിലും കരുത്തും വഴികാട്ടിയുമായ മഹാപ്രസ്ഥാനം..... ഇന്നതിന്റെ അംഗത്വം എന്ന കവചം തകർന്നുപോയിരിക്കുന്നു. ശൂന്യതയുടെ മായാവലയം അനന്തകൃഷ്ണനെ നിസ്സാരനാക്കി.

പുറത്തിറങ്ങി നടക്കാൻ ആരംഭിച്ചപ്പോൾ ആദ്യം കാണാൻ ആഗ്രഹിച്ചത് രാഘവൻമാഷെയാണ്. മാഷെ ആദ്യം കാണുന്നത് എട്ടാം ക്ലാസിൽ പഠിക്കുമ്പോഴാണ്. ഒരുദിവസം സ്കൂളിൽനിന്നും വരുമ്പോൾ തെരുവിൽ ഉച്ചഭാഷിണിയില്ലാതെ പ്രസംഗിക്കുന്നു. പ്രസംഗം കേൾക്കാൻ വളരെകുറച്ചുപേർ. കൗതുകത്തിനുവേണ്ടി അല്പം നിന്നു. പെട്ടെന്ന് എവിടെനിന്നോ എത്തിയ പോലീസ് ജീപ്പ്. പിന്നെ നിന്നില്ല. ഓടി.. അടിയന്തരാവസ്ഥ പിൻവലിക്കുന്നതുവരെ രാഘവൻമാഷ് ജയിലിൽ കിടന്നു.

എസ്. എസ്. എൽ. സി. പരീക്ഷ കഴിഞ്ഞ് റിസൽട്ടിനുമുമ്പേ അല ഞ്ഞുനടന്ന കാലം. കുമാരേട്ടൻ പിടികൂടി പാർട്ടി ക്ലാസിലെത്തിച്ചു. ഇന്ത്യൻ വിപ്ലവപാത, ചരിത്രപരവും വൈരുദ്ധ്യാത്മകവുമായ ഭൗതിക വാദം, റഷ്യൻ, ചൈനീസ് വിപ്ലവങ്ങളുടെ ചരിത്രം. രാഘവൻമാസ്റ്ററുടെ ക്ലാസ്സുകൾ കഥകളും ഉപകഥകളും പുരാണത്തിലെ മിത്തുകളും ചേർ ത്തുവെച്ചപ്പോൾ അനന്തൻ അടക്കമുള്ള ചെറുപ്പക്കാരെ അത് പുതിയ ലോകത്തേക്ക് നയിച്ചു.

രാഘവൻമാസ്റ്ററുടെ വീടിന് മുന്നിലെ അടച്ചിട്ട കൂറ്റൻ ഇരുമ്പ് ഗെയ് റ്റിനരികിലെത്തിയപ്പോൾ അവിടേക്ക് കയറാതെ പിന്തിരിഞ്ഞ് നടന്നു. രാഘവൻമാസ്റ്റർ ഇപ്പോൾ പാർട്ടി നേതാവല്ല. പാർട്ടിയിൽനിന്നും അനൗ പചാരികമായി വിടപറഞ്ഞു. പാലിയേറ്റീവ് രംഗത്തും ഗ്രന്ഥശാലാരംഗ ത്തും പ്രവർത്തിക്കുന്നു. ഓർമ്മ ശരിയെങ്കിൽ കഴിഞ്ഞ ഇരുപത് വർഷ ങ്ങളായി സജീവ രാഷ്ട്രീയത്തിൽനിന്നും പിന്മാറി പുതിയ തലമുറയിലെ സഖാക്കളെ സൂക്ഷ്മനിരീക്ഷണം ചെയ്ത്, വിശ്രമജീവിതം നയി ക്കുന്നു. രാഘവൻമാസ്റ്ററോട് എങ്ങനെയാണ് നല്ല കമ്മ്യൂണിസ്റ്റാവുക എന്ന് ചോദിക്കുക.

നിരവധി സഖാക്കളുടെ മുഖങ്ങൾ അനന്തന്റെ മനസ്സിൽ മിന്നി മറഞ്ഞു. ഓരോരോ കാരണം കൊണ്ട് അവരോടൊന്നും ചോദിക്കണ്ട എന്ന് തീരുമാനിച്ചു. അമ്പലത്തിന്റെ കിഴക്കെ നടയിലൂടെ വീട്ടിലേക്ക് നടക്കുമ്പോൾ വാര്യർ മാഷെ കാണാനാഗ്രഹിച്ചു. തികഞ്ഞ ഗാന്ധി യനായ വാര്യർ മാഷ് അവിവാഹിതനായി ഇളയ സഹോദരിയോ ടൊപ്പം വാര്യത്ത് താമസിക്കുന്നു.

കാഴ്ചശക്തി കുറഞ്ഞ വാര്യർമാഷ് അനന്തകൃഷ്ണനെ തിരിച്ചറി ഞ്ഞത് ശബ്ദത്തിലൂടെയായിരുന്നു. അസുഖത്തെക്കുറിച്ചും കുടുംബവി ശേഷങ്ങളെ കുറിച്ചും അവർ സംസാരിച്ചു. മടങ്ങാൻ എഴുന്നേറ്റപ്പോൾ അനന്തകൃഷ്ണൻ തെല്ല് സങ്കോചത്തോടെ ചോദിച്ചു. " മാഷേ, എങ്ങ നെയാണ് നല്ല കമ്മ്യൂണിസ്റ്റ് ആവുക" മുറുക്കാൻ കറപിടിച്ച തേഞ്ഞ പല്ലുകൾ കാട്ടി വാര്യർ മാഷ് ചിരിച്ചു. അനന്തൻ ചോദ്യം വീണ്ടും ആവർത്തിച്ചു.

"എന്താ സഖാവേ, നിന്നെ പാർട്ടി പുറത്താക്കിയോ. അതോ പാർട്ടി പ്രവർത്തനം മടുത്തോ".

" എന്നെ പാർട്ടി ആറുമാസത്തേക്ക് സസ്പെന്റ് ചെയ്തു"

കാരണം വാര്യർമാഷ് അന്വേഷിച്ചില്ല. അനന്തകൃഷ്ണന്റെ തോളിൽ വാത്സല്യത്തോടെ കൈകൾ അമർത്തി പറഞ്ഞു.

“ഞങ്ങൾ കോൺഗ്രസ്സുകാരും, സോഷ്യലിസ്റ്റുകളും ഈ നാട്ടിൽ കമ്മ്യൂണിസ്റ്റ് പാർട്ടി വളരുമെന്ന് ഒരിക്കൽപോലും വിശ്വസിച്ചിരുന്നില്ല. വിശ്വാസങ്ങളും, ആചാരങ്ങളും, കൃഷിയും, വ്യവഹാരങ്ങളുമൊക്കെ യായി കഴിഞ്ഞ അമ്പലവാസികളേയും, നായർ സമുദായത്തിൽ പെട്ടവ രേയുമാണ് നിങ്ങൾ കമ്മ്യൂണിസ്റ്റുകളാക്കി മാറ്റിയത്. സഖാവേ, നിന്റെ യൗവ്വനം മുഴുവൻ പാർട്ടിക്കുവേണ്ടി സമർപ്പിച്ചതല്ലേ. നിങ്ങളെയല്ലാതെ മറ്റാരെയാ ഈ നാട്ടിൽ സഖാവേ എന്ന് വിളിക്കുന്നത്.”

“മാഷെ എനിക്കൊരു നല്ല കമ്മ്യൂണിസ്റ്റായി ജീവിക്കണം”

“കുറെ വർഷങ്ങൾക്കുമുമ്പാണ് നീയത് ചോദിച്ചതെങ്കിൽ എനിക്ക് ചൂണ്ടിക്കാണിക്കാൻ ഋഷിതുല്യരായി ജീവിച്ച സഖാക്കളുണ്ടായിരുന്നു നിങ്ങളുടെ പാർട്ടിയിൽ.... ഇന്ന് ഏത് പാർട്ടിയിലാ ഒരു റോൾ മോഡൽ. സഖാവേ, നിരാശ കൈവെടിഞ്ഞ് നല്ല ഒരു മനുഷ്യനാകാൻ ശ്രമിക്കൂ... നല്ല മനുഷ്യന് നല്ല ഒരു കമ്മ്യൂണിസ്റ്റ് ആകാൻ കഴിയില്ലേ? അതിനും വയ്യെങ്കിൽ ഒരു ശരാശരി കമ്മ്യൂണിസ്റ്റായി ജീവിക്കൂ”

വീട്ടിലേക്ക് നടക്കുമ്പോൾ ചിങ്ങവെയിലിനോടൊപ്പം പറന്നെത്തിയ ചാറ്റൽമഴ അനന്തകൃഷ്ണന്റെ തീക്ഷ്ണമനസ്സിനെ തണുപ്പിച്ചില്ല. വല തുകാൽ വെച്ച് അകത്തേക്ക് കയറിയ അനന്തൻ തുറന്നിട്ട ഗെയിറ്റി ലേക്ക് തുറിച്ചുനോക്കി. എന്നിട്ട് ഗെയിറ്റ് തള്ളി അടയ്ക്കുവാൻ ശ്രമിച്ചു. വർഷങ്ങളായി ഉപയോഗിക്കാതെ തുരുമ്പിച്ച് കിടന്ന ഗെയിറ്റ് ബലം പ്രയോഗിച്ച് അടയ്ക്കുമ്പോൾ കനത്ത ശബ്ദമുണ്ടായി. അയാളുടെ മുഖം വിയർത്തു. വെളുത്ത കൈവിരലുകളിൽ ചാരനിറമുള്ള തുരുമ്പ് പാളികൾ പറ്റിപ്പിടിച്ചു.

“അനന്തേട്ടാ....“ഭാര്യയുടെ സൗമ്യമായ വിളികേട്ട് അയാൾ തിരിഞ്ഞു നോക്കി. അത്ഭുതവും സന്തോഷവും വിരിഞ്ഞ ഭാര്യയുടെ മുഖത്തേക്ക് നോക്കി അനന്തകൃഷ്ണൻ ചിരിക്കാൻ ശ്രമിച്ചു....... എങ്കിലും പരാജയ പ്പെട്ടു.

നരകത്തിലേക്കുള്ള ഇടനാഴി

അന്നയും കുട്ടികളും കിടന്നുറങ്ങുകയാണ്. അവരുടെ തലയ്ക്കു മീതെ ചുമരിൽ തുക്കിയിട്ട യേശുവിന്റെ ചിത്രത്തിലേക്ക് ആന്റണി നോക്കി. എപ്പോഴും അനുകമ്പ ചൊരിയുന്ന ആ മുഖം ശ്രദ്ധിച്ചപ്പോൾ ആന്റണി ഞെട്ടി. യേശുവിന്റെ കണ്ണുകളിൽനിന്നും രക്തം പൊടിയുന്നു. രണ്ടാമതും നോക്കിയപ്പോൾ രക്തം മുഖത്താകെ പടർന്നിരിക്കുന്നു. പിന്നീട് ആന്റണി ആ ചിത്രത്തിലേക്ക് നോക്കിയില്ല. മൂന്നുപേരും നല്ല ഉറക്കത്തിലാണ്. ആന്റണിയുടെ കാൽതട്ടി ഇരുമ്പുപെട്ടിക്ക് മുകളിലെ പാത്രം നിലത്തുവീണ ശബ്ദവും അവർ കേട്ടില്ല. പതിനൊന്നുമണി കഴിഞ്ഞ് കാണും അവർ ഉറങ്ങാൻ കിടന്നപ്പോൾ. കാർഷിക വായ്പാ തിരിച്ചടവ് സംബന്ധിച്ച നടപടിക്രമങ്ങൾ അതിന്റെ അവസാന ഘട്ടത്തിലെത്തി നിൽക്കുന്നു. താമസിക്കുന്ന വീടും അതോടനുബന്ധിച്ച അമ്പത് സെന്റ് സ്ഥലവും ജപ്തി ചെയ്ത് വസൂൽ ആക്കുകയല്ലാതെ മറ്റ് മാർഗ്ഗങ്ങൾ ബാങ്കിന്റെ മുന്നിൽ ഇല്ല എന്ന് അറിയിച്ചുകൊണ്ടുള്ള കത്ത് രണ്ടുദിവസങ്ങൾക്ക് മുമ്പാണ് കിട്ടിയത്. അതിനുശേഷം ആന്റണിയും അന്നയും ആകെ അസ്വസ്ഥരാണ്.

മൂന്ന് വർഷങ്ങൾക്കുമുമ്പ് സ്ഥലം പണയപ്പെടുത്തി ബാങ്കിൽനിന്നും കൃഷിചെയ്യാൻ ആറുലക്ഷം രൂപ വായ്പയെടുത്തു. ആദ്യ രണ്ടുവർഷത്തെ വിളവെടുപ്പ് നഷ്ടത്തിൽ കലാശിച്ചു. മൂന്നാമത്തെ വർഷമാണ് സ്ഥലത്തിന്റെ പാട്ടക്കരാർ അവസാനിക്കുന്നത്. കൃഷി ചെയ്താലും ഇല്ലെങ്കിലും ഉടമയ്ക്ക് വാടക കൊടുക്കണം. മാത്രമല്ല ഇഞ്ചിക്കൃഷി ഒരു ചൂതുകളിയാണ്. ചിലപ്പോൾ ജയിക്കും. അങ്ങനെയെങ്കിലും നഷ്ടപ്പെട്ടവ തിരിച്ചുപിടിക്കാൻ കഴിയുമെന്നാണ് പ്രതീക്ഷ. മൂന്നാമത്തെ വിളവെടുപ്പ് കഴിഞ്ഞപ്പോൾ മൂലധനമായി ഇറക്കിയ പണത്തിന്റെ പകുതി പോലും ലഭിച്ചില്ല. വിലയിടിവിനോടൊപ്പം കാലാവസ്ഥാവ്യതിയാനം മൂലമുണ്ടായ ഉത്പാദനക്കുറവും അതിന് കാരണമായി.

ആന്റണിയെപ്പോലെ നിരവധി കർഷകർ ഉൽപന്നങ്ങളുടെ വിലയിടിവ് കാരണം ജീവിതം തകർന്നവരാണ്. കാട്ടിക്കുളത്തെ ജോസഫ് കടക്കെണി മൂലമാണ് കഴിഞ്ഞവർഷം ആത്മഹത്യ ചെയ്തത്. കടം വാങ്ങിയ പണം കൊണ്ട് കൃഷിചെയ്യരുത് എന്ന് എല്ലാ ഞായറാഴ്ചയും പള്ളിയിൽവെച്ച് അച്ചൻ ഉപദേശിക്കാറുള്ളത് ആന്റണി ഓർത്തു. യേ

ശുവിന്റെ ചിത്രത്തിലേക്ക് നോക്കാതെ ആന്റണി നെഞ്ചിൽ കുരിശ് വരച്ചു. അന്നയോടും മക്കളോടും അന്ത്യയാത്ര പറയാതെ, അവരെ കർത്താവിന്റെ കൈകളിൽ ഏൽപ്പിച്ചിട്ട് മടങ്ങുന്നുവെന്ന് മനസ്സിൽ പ്രാർത്ഥിച്ചു.

ആന്റണി തനിക്ക് ഏറ്റവും ഇഷ്ടപ്പെട്ട ഓൾഡ് കാസ്ക് റം വലിയ ഗ്ലാസ്സിലേക്ക് ഒഴിച്ചു. വാഴക്ക് തളിക്കാൻ വേണ്ടി കരുതിവെച്ച ടിമിറ്റ് അതിലൊഴിക്കുമ്പോൾ കൈകൾ വിറച്ചിരുന്നില്ല. വിരൽകൊണ്ട് അത് ഇളക്കുമ്പോൾ വിരലുകൾക്ക് തരിപ്പ് തോന്നി. കറുത്തവാവ് കഴിഞ്ഞ് ഉദിക്കുന്ന അർദ്ധചന്ദ്രൻ ആകാശത്ത് തെളിഞ്ഞു ഒപ്പം കുറേ അസാധാരണ നക്ഷത്രങ്ങളും. കാറ്റ് മരശിഖരങ്ങളിലും താഴ്വരയിലും കുളിർ പരത്തി കടന്നുപോയി. ആകാശപ്പരപ്പിൽ നിശ്ചലനായി നിൽക്കുന്ന ചന്ദ്രനെ നോക്കി ആന്റണി മദ്യം മുഴുവൻ ഒറ്റവലിക്ക് കുടിച്ചുതീർത്തു. ഗ്ലാസ്സ് ദൂരേക്ക് വലിച്ചെറിഞ്ഞു. വർഷങ്ങളായി പണി ആരംഭിച്ച് പൂർത്തീകരിക്കാൻ കഴിയാത്ത തന്റെ വീടിന്റെ ഉമ്മറത്ത് മലർന്ന് കിടന്നു.

മരണം ആദ്യം വന്ന് തൊട്ടുവിളിച്ചത് കാതുകളിലായിരുന്നു. ഭൂമിയാകെ നിശ്ചലവും നിശബ്ദവുമായി. ഒരു ശബ്ദവും കേൾക്കാൻ കഴിയുന്നില്ല. കൊടും നിശബ്ദത ആന്റണിയുടെ കാതുകളിൽ പുറ്റുകൾ തീർത്തു. നിറങ്ങളും രൂപങ്ങളും തെളിഞ്ഞിരുന്ന ആന്റണിയുടെ കണ്ണുകൾ കൂരിരുൾ വന്നുമൂടി. നക്ഷത്രങ്ങളും ചന്ദ്രനും കറുപ്പിന്റെ അനന്തതയിൽ മാഞ്ഞു. അന്നേ..... ആന്റണിയുടെ നാവ് എപ്പോഴും വിളിച്ചിരുന്ന ആ പേര് വിളിക്കാൻ കൊതിച്ചു. ചലനമറ്റ തൊണ്ടയിൽ നിന്നും ഇനി ശബ്ദങ്ങൾ ഉണ്ടാവില്ല എന്നു ബോധ്യമായി.

ആന്റണിയുടെ ഭൗതിക ശരീരം തണുത്തുറഞ്ഞ മൺപ്രതിമ പോലെ നിശ്ചലമായി. രാത്രിയുടെ കരിമ്പടം പുതച്ച മഞ്ഞ് മൃതശരീരത്തെ പുണർന്നു. അർദ്ധചന്ദ്രൻ മഴമേഘത്തിലൊളിച്ചു. കാറ്റ് മരക്കൊമ്പുകളെ തല്ലി ഇലകൾ കൊഴിച്ചിടാൻ ശ്രമിച്ചു.

പെരുന്നാളിന് പള്ളിപ്പറമ്പിൽ കെട്ടുന്ന വലിയ വിളക്കിന്റെ വെളിച്ചം പോലെ എന്തോ ഒന്ന് കണ്ണുകളിലേക്ക് തുളഞ്ഞ് കയറി. പെരുമ്പറയുടെ നേർത്ത ശബ്ദം കേട്ട് ആന്റണി ഞെട്ടിയുണർന്നു. രാത്രിയോ പകലോ ഭൂമിയോ ആകാശമോ ഒന്നും തിരിച്ചറിയാൻ കഴിയാത്ത ഏതോ അത്ഭുത ദ്വീപിൽ എത്തിയപോലെ.... ഇളംപുല്ലുകൾ കിളിർത്ത് നിൽക്കുന്ന വിശാലമായ മൈതാനം. ആന്റണി തന്റെ കൈപിടിച്ച അപരിചിതനോടൊപ്പം നടന്നു. അയാളുടെ പേരെന്തെന്നും എങ്ങോട്ടാണ് തന്നെ കൊണ്ടുപോവുന്നതെന്നും ചോദിക്കാൻ ആന്റണി ആഗ്രഹിച്ചെങ്കിലും ശബ്ദിക്കാൻ കഴിഞ്ഞില്ല. സംസാരശേഷി നഷ്ടപ്പെട്ടതാണോ?

ചുണ്ടുകളനക്കി ചുമച്ചു. ഒരു കുഴപ്പവുമില്ല. ശബ്ദം പ്രതീക്ഷിച്ചതിനേക്കാൾ വ്യക്തവും കനമുള്ളതുമായിരുന്നു.

അപരിചിതൻ ആന്റണിയെ സ്വതന്ത്രനാക്കി എന്നിട്ട് വാക്കുകൾ അളന്ന് മുറിച്ച രീതിയിൽ ചോദിച്ചു.

“ഭൂമിയിൽ ജീവിച്ചിരുന്നപ്പോൾ താങ്കളുടെ പേര് ആന്റണി കുര്യാക്കോസ് പി. കെ. എന്നല്ലേ?”

“അതെ”.

“കുര്യാക്കോസിന്റെയും ചിന്നമ്മയുടെയും മൂന്നാമത്തെ മകൻ ആണല്ലേ?”

“അതെ.”

“അൻപത്തിയൊന്നാം വയസ്സിലാണ് നിങ്ങൾ മരിക്കുന്നത് അല്ലേ?”

ആന്റണിയുടെ ശരീരം മുഴുവൻ വൈദ്യുത തരംഗമേറ്റപോലെ തരിച്ചു. സുഖമുള്ള തണുപ്പിലും ദേഹമാസകലം വിയർപ്പ് പൊടിഞ്ഞു.

“എന്റെ ചോദ്യത്തിന് താങ്കൾ മറുപടി പറഞ്ഞില്ല”

ആന്റണി സംസാരിക്കാൻ തുനിഞ്ഞെങ്കിലും ഊമയെപ്പോലെ ശബ്ദം തൊണ്ടയിൽ തറച്ചുനിന്നു.

“ക്ഷമിക്കണം ആന്റണി, എന്റെ ചോദ്യത്തിൽ വലിയ ഒരു പിശക് പറ്റി. താങ്കൾ മരിച്ചതല്ലല്ലോ? ആത്മഹത്യ ചെയ്തതല്ലെ? എന്റെ ചോദ്യങ്ങൾ നേരാംവണ്ണമല്ലെങ്കിൽ നിങ്ങൾക്കിവിടെ ശബ്ദിക്കാൻ കഴിയില്ല. ഞാൻ തിരുത്തുന്നു. ആന്റണി ആത്മഹത്യ ചെയ്തതാണല്ലേ?”

“അതെ”

“ആത്മഹത്യ ചെയ്യുന്നത് സത്യക്രിസ്ത്യാനികൾക്ക് പരിഹാരമില്ലാത്ത പാപമാണെന്നറിഞ്ഞിട്ടും എന്തിനാണ് അത് ചെയ്തത്?”

“മറ്റ് വഴികളൊന്നും എന്റെ മുൻപിലില്ലായിരുന്നു.”

“ആന്റണീ.... ജീവിക്കാൻ വേണ്ടി നിങ്ങൾ ഭൂമിയിൽ അധ്വാനിക്കാനും കഷ്ടപ്പെടാനും തയ്യാറായില്ലേ?”

“ക്ഷമിക്കണം ഒരു തരത്തിലും ജീവിക്കാൻ കഴിയില്ലായെന്ന് ബോധ്യം വന്നപ്പോഴാണ് ഞാനീ കടുംകൈ ചെയ്തത്. എന്നെപ്പോലെ അധ്വാനിച്ച മറ്റൊരാളെ നിങ്ങൾക്ക് എന്റെ ഗ്രാമത്തിൽ കാണിച്ചുതരാനൊക്കുമോ?”

“നിങ്ങൾ ദൈവവിശ്വാസി ആയിരുന്നോ? അതോ കമ്മ്യൂണിസ്റ്റോ?”

“അതെ... ഞാൻ ഇത് രണ്ടുമായിരുന്നു.”

“ആന്റണീ, നിങ്ങൾ കൊടും പാപിയാണ്. നിങ്ങളുടെ മരണാനന്തര ജീവിതം തീരുമാനിച്ചത് നരകത്തിലാണ്. എന്നാൽ നരകം പാപികളായ മനുഷ്യരെക്കൊണ്ട് നിറഞ്ഞിരിക്കുന്നു. ആയതിനാൽ നിങ്ങൾ എവിടെ താമസിക്കും എന്ന് ഇപ്പോൾ പറയാൻ കഴിയില്ല.”

ഫലവൃക്ഷത്തോട്ടത്തിലൂടെ അൽപം നടന്നപ്പോൾ പ്രാചീന രീതിയിൽ പണിത കൂറ്റൻ പ്രവേശന ഗോപുരം കണ്ടു. നൂറ്റാണ്ടുകൾക്ക് മുമ്പ് നിർമിച്ച കൊട്ടാരതുല്യമായ ഗോപുരത്തിന്റെ വെള്ള മാർബിൾ പതിച്ച ചുമരുകളിൽ നിറയെ മഞ്ഞയും നീലയും ചുവപ്പും നിറത്തിലുള്ള അലങ്കാരഗ്ലാസ്സുകൾ പതിച്ചിരിക്കുന്നു. ഗോപുരം താങ്ങി നിർത്തുന്ന വലിയ കരിങ്കൽ തൂണുകളിൽ അനേകം ശിൽപ്പികൾ കൊത്തിവെച്ച ശിൽപ്പങ്ങളുണ്ട്. ചുവന്ന പരവതാനി വിരിച്ച മൂന്ന് പടവുകൾ കയറി ഗോപുരത്തിനകത്ത് പ്രവേശിച്ചു. പൂക്കളുടെ സുഗന്ധം വഹിച്ചെത്തിയ കാറ്റ് ആന്റണിയെ പുണർന്നു. ചൂടും തണുപ്പും തിരിച്ചറിയാൻ കഴിയാത്ത സുഖമുള്ള അവസ്ഥ. പച്ച മാർബിൾ പതിച്ച ഇടനാഴി മൂന്ന് വഴികളിലേക്ക് പിരിയുന്നിടത്ത് അവസാനിച്ചു. ആന്റണിക്ക് വഴി കാണിച്ച അപരിചിതൻ രണ്ടാമത്തെ വഴിയിലൂടെ നടന്ന് ആന്റണിയെ ഒരു മുറിയിലെത്തിച്ചു. എന്നിട്ട് തനിക്കറിയാത്ത ഏതോ ഭാഷയിൽ സുന്ദരിയായ ഒരു സ്ത്രീയോട് എന്തൊക്കെയോ സംസാരിച്ച് യാത്ര പറഞ്ഞ് വന്ന വഴിയെ തിരിച്ചു പോയി.

അവൾ ആന്റണിയെ കൈകൾ കൂപ്പി സ്വീകരിച്ച്, ഒറ്റമരത്തിൽ പണിത പീഠത്തിൽ ഇരിക്കാൻ പറഞ്ഞു. ക്ഷീണമോ ആലസ്യമോ ഇല്ലായിരുന്നെങ്കിലും ആന്റണി അതിൽ ജാള്യത്തോടെ ഒതുങ്ങിയിരുന്നു. അവൾ ചുവന്ന ചട്ടയുള്ള വലിയ പുസ്തകം മറിച്ച് നോക്കി സസൂക്ഷ്മം വായിക്കുന്നതിനിടയിൽ ആന്റണിയ്ക്ക് നേരെ നോക്കും. വീണ്ടും പുസ്തകത്താളുകളിലേക്ക് തിരിച്ചുപോവും. സഭാകമ്പം മാറിയ ആന്റണി അവളുടെ അംഗലാവണ്യം വീക്ഷിക്കാൻ തുടങ്ങി. പരമ്പരാഗത യൂറോപ്യൻ രീതിയിലാണ് അവൾ വസ്ത്രങ്ങൾ ധരിച്ചിരിക്കുന്നത്. ചുരുണ്ട സ്വർണ നിറമുള്ള മുടി അലസമായി മുഖ പാർശ്വങ്ങളിലേക്ക് അഴിച്ചിട്ടിരിക്കുന്നു. നീണ്ട സമൃദ്ധമായ പുരികങ്ങൾക്ക് താഴെ മൃഗനയനം. നീല സമുദ്രത്തിന്റെ ഭംഗിയുള്ള കൃഷ്ണമണികൾ. ചുവന്നു തുടുത്ത ചുണ്ടുകളും നീണ്ട് മെലിഞ്ഞ കഴുത്തും. വിരിഞ്ഞ മാറിടത്തിൽ കച്ചകൾക്കിടയിൽ തുളുമ്പി നിൽക്കുന്ന സ്തനങ്ങൾ. ഇളംനീല വസ്ത്രത്തിൽ തെളിഞ്ഞ് കാണുന്ന അടിവയർ.

“ആന്റണി കുര്യാക്കോസ് പി. കെ. എന്നാണ് താങ്കളുടെ പേര്?”

“അതെ”

“നിങ്ങൾ വയനാട്ടിലെ ഒരു ഗ്രാമത്തിൽനിന്നും പ്രേതമായി ഇവിടെ വന്നു... ശരി, നിങ്ങൾ അൽപം വിശ്രമിച്ചോളൂ.”

”ഇഷ്ടപ്രാണേശ്വരി നിന്റെ ഏദൻ തോട്ടം എനിക്കുവേണ്ടി... ഏഴാം സ്വർഗം എനിക്കുവേണ്ടി.”

അശരീരിപോലെ ഈ മനോഹരഗാനം കേട്ടപ്പോൾ ആന്റണി ശരിക്കും സ്തബ്ധനായി. ശബ്ദത്തിന്റെ ഉറവിടം അന്വേഷിച്ച് കണ്ണുകൾ നാല് ദിശകളിലേക്കും സഞ്ചരിച്ചു.

“ആന്റണീ, നിങ്ങൾ ഭാവഗായകൻ ജയചന്ദ്രൻ സാറിന്റെ ആരാധകനാണല്ലോ? എനിക്ക് താങ്കളെ സംബന്ധിച്ച് അറിയാത്ത ഒരു വസ്തുതയുമില്ല. ഇത് സ്വർഗ്ഗരാജ്യത്തിലേക്കുള്ള കവാടമാണ്. നിങ്ങൾക്ക് കർമ്മവശാൽ വിധിച്ചിട്ടുള്ളത് നരകമാണ്. പക്ഷെ അവിടെ കാലുകുത്താൻ പോലും ഇടമില്ല. പത്ത് ലക്ഷം മനുഷ്യരെ പാർപ്പിക്കാൻ കഴിയാവുന്ന തരത്തിലുള്ള നരകത്തിന്റെ നിർമാണം ആരംഭിച്ചിട്ട് വർഷം മൂന്നായി. രണ്ട് മാസങ്ങൾ കഴിഞ്ഞാൽ അത് വാസയോഗ്യമാവും. സ്വർഗ്ഗവും നരകവുമല്ലാതെ താൽക്കാലികമായ ഒരിടത്ത് നിങ്ങൾ താമസിക്കണം. ഈ ഗാനം അവസാനിച്ച് കഴിഞ്ഞാൽ താങ്കളെ അവിടേക്ക് കൊണ്ടുപോകാൻ സാധിക്കുമെന്നാണ് ഞാൻ കരുതുന്നത്. ബന്ധപ്പെട്ട രേഖകൾ പരിശോധിക്കട്ടെ”.

ഈ പ്രണയഗാനം മുമ്പ് എത്രയോ തവണ കേട്ടിട്ടുണ്ടെങ്കിലും ഇത്രയും അക്ഷരശുദ്ധിയിലും ഭാവാത്മകതയിലും കേട്ടിട്ടില്ല. ഗാനത്തിന്റെ അവസാനവരിയും നിലച്ചപ്പോൾ ആന്റണിയെ അന്വേഷിച്ച് മറ്റൊരു സ്ത്രീ വന്നു. ഭൂമിയിൽ ഇത്രയും ഭംഗിയുള്ള സ്ത്രീകൾ ഏതെങ്കിലും വൻകരകളിൽ ജീവിച്ചിരുന്നതായി അയാൾക്ക് അറിയില്ലായിരുന്നു. അവളുടെ ഇടതുഭാഗം ചേർന്ന് പരിചിതനെപ്പോലെ ആന്റണി ഇടനാഴിയിലൂടെ നടന്നു.

“ആന്റണീ നിങ്ങൾ വലിയ പാപിയാണല്ലോ. രണ്ട് മാസം സ്വർഗലോകത്തിന്റെ പാർശ്വത്തിൽ പരിമിതമായ സൗകര്യങ്ങൾ അനുഭവിച്ച് സ്വർഗനിവാസികളുടെ സുഖജീവിതം കണ്ട് നരകത്തിലേക്ക് തിരിച്ച് പോവാനാണല്ലോ നിങ്ങളുടെ വിധി.”

“കൃഷി ചെയ്ത് മാന്യമായി ജീവിക്കാൻ ശ്രമിച്ചതാണോ എന്റെ പിഴ. എന്റെ രാജ്യം ഇപ്പോൾ കർഷകരുടെ ശവപ്പറമ്പാണ്. അനേകം കർഷകർ

ഇതിനകം തന്നെ ജീവൻ ഒടുക്കിയിട്ടുമുണ്ട്. ഒരുപക്ഷേ നരകലോകത്തിന്റെ കോളത്തിൽ എന്റെ പേര് അച്ചടിച്ച് വന്നത് പിശകാണോ.... പരാതിക്ക് ഇവിടെ പ്രസക്തി ഉണ്ടോ?" ആന്റണി ചിന്തിച്ചു.

ഒരു കൊച്ചുമുറിയിൽ ആന്റണി വിശ്രമിച്ചു. മടുപ്പും വിരസതയും തോന്നിയപ്പോൾ പുറത്തിറങ്ങി നടന്നു. ധാരാളം പൂക്കൾ വിരിഞ്ഞ വലിയ ഉദ്യാനം അതിന്റെ കിഴക്കുഭാഗം നീലത്തടാകം. പക്ഷെ അവിടേക്ക് ചെല്ലാൻ കഴിയില്ല. ഇരുമ്പ് വേലികെട്ടി വലിയ ഉയരത്തിൽ ആന്റണി നിൽക്കുന്ന ഇടവും അതും തമ്മിൽ വേർതിരിച്ചിരിക്കുന്നു. എങ്കിലും അവിടം മുഴുവൻ ഇവിടെ നിന്ന് കാണാം. തടാകത്തിൽ സ്വർണ്ണ അരയന്നങ്ങളോടൊപ്പം നീന്തിത്തുടിക്കുന്ന സ്വർഗ്ഗനിവാസികളെ ആന്റണി അത്ഭുതത്തോടെ നോക്കി. ഏറെ നേരം അങ്ങിനെ ആന്റണിക്ക് നിൽക്കാൻ കഴിഞ്ഞില്ല. തടാകത്തിന്റെ കരയിൽ ഉലാത്തുന്ന ജോസഫ് മാത്യുവിനെ കണ്ട് ആന്റണി ഞെട്ടി. തേയിലത്തോട്ടങ്ങളുടെയും മലഞ്ചരക്ക് വ്യാപാരശാലയുടെയും, നഗരത്തിലെ ബാർ ഹോട്ടലിന്റെയും ഉടമയാണ് ധനാഢ്യനായ മാത്യു. രണ്ട് വർഷം മുമ്പാണ് മരിച്ചത്.

സ്വർഗ്ഗവും നരകവും വിധിക്കുന്നതിലുള്ള നീതിശാസ്ത്രത്തിന്റെ ഗുരുതരമായ പിഴവുകളെക്കുറിച്ച് ചിന്തിച്ചുകൊണ്ട് ആന്റണി തിരിച്ചു നടന്നു.

മുറിയിലെത്തിയപ്പോൾ ആന്റണിയെ ഭക്ഷണത്തിന് ക്ഷണിക്കാൻ പരിചാരകനെത്തി. അയാൾ ആന്റണിയുടെ മുഖത്തെ നിരാശയും വെറുപ്പും കണ്ട് ചോദിച്ചു.

"ആന്റണീ, നിങ്ങൾ ഏറെ ദുഖിതനാണല്ലോ. പാപം ചെയ്യുമ്പോൾ എന്തുകൊണ്ടാണ് നിങ്ങൾ കർത്താവിനെ ഓർക്കാതിരുന്നത്."?

"മരിക്കണം എന്ന് തീരുമാനിച്ചുതന്നെയാണ് ഞാൻ വിഷം കഴിച്ചത്. ജീവിക്കാൻ ഒരുതരത്തിലും കഴിയാത്തവൻ പിന്നെ എന്താണ് ചെയ്യേണ്ടത്?"

"ആന്റണീ, മരണവും ജനനവും നിശ്ചയിക്കുന്നത് കർത്താവല്ലേ?

"ആ കർത്താവ് തന്നെയാണ് എന്നെ ജീവിക്കാൻ വിടാഞ്ഞതും".

"താങ്കൾ വീണ്ടും ദൈവ നിഷേധിയായി മാറുന്നു." പരിചാരകൻ ഈർഷ്യയോടെ പറഞ്ഞു.

"ഒരിക്കലുമില്ല. മിക്ക ഞായറാഴ്ചകളിലും ഞാൻ പള്ളിയിൽ കുർബാന കൂടാറുണ്ട്. മദ്യപിക്കയല്ലാതെ മറ്റൊരു തെറ്റും ഞാൻ ബോധപൂർവ്വം ചെയ്തിട്ടില്ലെന്ന് വിശ്വസിക്കുന്നു."

"ആന്റണീ, സ്വർഗനിവാസികളുടെ ജീവിതം ചെറിയ സമയത്തേക്കെങ്കിലും കാണാൻ സാധിച്ച താങ്കൾക്ക് അവിടെ ഇടം ലഭിച്ചിരുന്നെങ്കിൽ എന്ന് ആഗ്രഹമില്ലേ?"

"ഇല്ല."

"എന്തുകൊണ്ട്?"

–"പാപികളെ ഞാൻ സ്വർഗ്ഗത്തിൽ കണ്ടു. അവരോടൊപ്പം ജീവിക്കുന്നതിനേക്കാളും നല്ലത് നരകത്തിൽ കിടന്ന് കഷ്ടപ്പെടുന്നതാണ്."

"ശരി, ഞാൻ പോവുകയാണ്. നിങ്ങൾക്ക് നന്മ കൈവരണമേയെന്ന് ഞാൻ കർത്താവിനോട് പ്രാർത്ഥിക്കാം...."

അയാൾ മുറിവിട്ട് പോയതിനുശേഷം ആന്റണി ആകെ അസ്വസ്തനായി തനിച്ചിരുന്നു. മുറിയുടെ വാതിലടച്ച് മുട്ടുകുത്തി കർത്താവിനോട് പ്രാർത്ഥിച്ചു.

"സ്വർഗ്ഗസ്ഥനായ പിതാവേ... എന്റെ ഭാര്യയേയും പിഞ്ച് കുഞ്ഞുങ്ങളേയും അനാഥരാക്കിയിട്ടാണ് ഞാൻ വിടപറഞ്ഞത്. മരിക്കാൻ തീരുമാനിച്ച അവസാനനിമിഷം വരെ ഞാൻ ജീവിതത്തിന്റെ പ്രലോഭനങ്ങൾക്ക് കീഴ്പ്പെട്ടിരുന്നു. രക്ഷപ്പെടാനുള്ള ഒരു വൈക്കോൽതുരുമ്പ് എനിക്ക് ലഭിച്ചിരുന്നുവെങ്കിൽ......

പാപികളുടെ സാന്നിധ്യംകൊണ്ട് പങ്കിലമായ സ്വർഗ്ഗത്തേക്കാൾ കർഷകരും, തൊഴിലാളികളും, യാചകരും, വേശ്യകളുമൊക്കെ താമസിക്കുന്ന നരകമാണ് എനിക്ക് അഭികാമ്യം. അവിടെ എനിക്ക് സമാധാനമുണ്ടാകും... എന്റെ വാക്കുകൾ കേൾക്കേണമേ...."

ദൂരെ നരകത്തിന്റെ അകത്തളങ്ങളിൽനിന്ന് പള്ളിമണികൾകേട്ടു. ഇളം കാറ്റ് ആന്റണിയെ പുൽകി. തുറന്നിട്ട ജാലകപ്പഴുതിലൂടെ അയാൾ ആകാശത്തേക്ക് നോക്കി. ഇരുണ്ട ആകാശസീമയിൽ പ്രകാശം പരത്തുന്ന വലിയ നാല് നക്ഷത്രങ്ങൾ. ഒന്ന് അന്നയും മറ്റ് രണ്ടെണ്ണം കുട്ടികളുമാണ്., അവർക്കരികിൽ കാണുന്ന അസാധാരണമായ നക്ഷത്രം ആന്റണിയെ നോക്കി പുഞ്ചിരിച്ചു. അയാൾ അത്ഭുതത്തോടെ ആ നക്ഷത്രത്തിലേക്ക് വീണ്ടും നോക്കി.

വാഴ്ത്തപ്പെട്ട കണാരൻ

(1)

ഇരുട്ടിലൂടെ നടന്നു വരുന്ന കണാരന്റെ കുത്തിക്കുത്തിയുള്ള ചുമ കേട്ടപ്പോൾ രാമേട്ടൻ പാൽ കൊണ്ടുവന്ന വേലുണ്ണിയോട് പറഞ്ഞു, 'ഓ....ഇമ്മളെ പുസ്തകപ്പുഴുവെത്തി.'

നെല്ലൂളിക്കുന്നിന്റെ കിഴക്കെ ചരിവിലാണ് കണാരൻ താമസിക്കുന്നത്, വീടിനോടനുബന്ധിച്ച് ശുചിമുറി ഉണ്ടെങ്കിലും പറങ്കിമാവിന്റെ തോട്ടത്തിൽ ഇരുന്ന് ആകാശത്തേക്ക് നോക്കി ബീഡി വലിച്ച് കാര്യം നിർവഹിക്കലാണ് കണാരന്റെ ശീലം.

കറുത്ത പക്ഷത്തിൽ നിന്നും വെളുത്ത പക്ഷത്തിലേക്ക് തെളിഞ്ഞു വരുന്ന ചന്ദ്രൻ, ഒടുവിൽ ഉദിച്ച പ്രഭാതനക്ഷത്രങ്ങൾ, അവയുടെ ഘടന, നിറം, ചലനം എന്നിവയിലുള്ള വൈരുദ്ധ്യങ്ങൾ ഇവയൊക്കെ കണാരന്റെ പുലർകാല അനുഭൂതികളാണ്. കച്ചേരി കൃഷ്ണൻ മേനോന്റെ ഉടമസ്ഥതയിലുള്ള പറങ്കിമാവിൻ തോട്ടത്തിൽ കശുവണ്ടി പെറുക്കാൻ വരുന്ന പെണ്ണുങ്ങൾ കണാരന്റെ ഭാര്യ കാർത്തിയെ എന്നും വഴക്കു പറയും.

"ന്റെ തിയ്യനോട് ഒന്ന് പറഞ്ഞൂടെ കാർത്ത്യേ ഈറ്റാ ചേല് ചെയ്യരുതെന്ന്. അണ്ടി മുയുമൻ പെറുക്കിയിട്ടില്ലെ ഓറ് കൂട്ടം കൂടുന്നത് ഞാള് കേക്കണം"

ശാസ്താവിന്റെ അമ്പലത്തിന്റെ വടക്കേ നട പഞ്ചായത്ത് റോഡിൽ ചെന്ന് ചേരുന്ന ഇടത്താണ് അയ്യപ്പൻ നായരുടെ ഓടു മേഞ്ഞ ഇരുനില കെട്ടിടം. താഴത്തെ നിലയിലുള്ള അവസാനത്തെ മുറിയിലാണ് രാമേട്ടന്റെ ചായക്കട. തൊട്ടടുത്ത മുറി കിശികിശി നാണുവിന്റെ ബാർബർ ഷാപ്പ്. മൂന്നാമത്തെ മുറി ഖാദർകുട്ടി ഹാജിയുടെ പലചരക്ക് കട. അതിനടുത്ത് കുറുന്തോട്ടി രാഘവൻ വൈദ്യരുടെ വൈദ്യശാല. രണ്ടാമത്തെ നിലയിൽ രണ്ട് വലിയ മുറികളാണ്. ചുമർ തേച്ച് വൃത്തിയുള്ള മുറിയിൽ ഇന്ത്യൻ നാഷണൽ കോൺഗ്രസ്സിന്റെ ആറാം വാർഡ് ഓഫീസ്. ഇടത്തെ മുറി വായനശാലയും കമ്മ്യൂണിസ്റ്റ് പാർട്ടിയുടെ ഓഫീസും.

കുറുങ്ങോട്ട് രാജൻ മാസ്റ്ററുടെ പേരിലാണ് ഈ മുറി വാടകക്കച്ചീട്ടെഴുതിയത്. പാർട്ടി ഓഫീസായി ഒരിക്കലും ഉപയോഗിക്കില്ല എന്ന വാക്കിലാണ് ബന്ധുവായ രാജൻ മാസ്റ്റർക്ക് കോൺഗ്രസ്സുകാരനായ അയ്യപ്പൻ നായർ വായനശാലയ്ക്കു വേണ്ടി മുറി വിട്ടു കൊടുത്തത്.

വായനശാല ആരംഭിച്ച് രണ്ട് വർഷം കഴിഞ്ഞപ്പോൾ മുറി രണ്ടായി വിഭജിച്ച് ഒരു ഭാഗം പാർട്ടി ഓഫീസായി ഉദ്ഘാടനം ചെയ്തു. ഇതോടെ അയ്യപ്പൻ നായർ കമ്മ്യൂണിസ്റ്റുകാരെ കാണുമ്പോഴൊക്കെ വഴക്ക് പറയാൻ തുടങ്ങി. ഒഴിമുറി ലഭിക്കാൻ വേണ്ടി കോടതിയിൽ രണ്ട് വർഷമായി കേസ് നടന്നു വരുന്നു.

(2)

നട തുറന്ന് ജയചന്ദ്രന്റെ പുഷ്പാഞ്ജലി കാസറ്റ് വെച്ച ശേഷം രാമൻകുട്ടി മാരാർ കുളത്തിൽ മുങ്ങിക്കുളിച്ചു. നേരെ രാമേട്ടന്റെ ചായക്കടയിൽ എത്തിയപ്പോൾ കണാരൻ കുട്ടൻ ചായയും പുട്ടും കഴിച്ച് ബീഡി വലിക്കാൻ തുടങ്ങിയിരിക്കുന്നു. അല്ല കാണാരാ.... എന്റെ പറമ്പിൽ തേങ്ങ വലിച്ചിട്ട് മൂന്ന് മാസമായില്ലെ.

‘അടുത്ത ആഴ്ച്ച ഉറപ്പാണ് മാരാരെ..’

‘ഹായ്.... ഇഞ്ഞിത് പറയാൻ തുടങ്ങീട്ട് മാസം ഒന്നായില്ലേ?’

‘തേവരാണെ സത്യം ഞാനങ്ങോട്ട് വരും.’ കണാരൻ പുക ഊതിക്കൊണ്ട് പറഞ്ഞു. ഖാദർകുട്ടി ഹാജിയുടെ തോട്ടത്തിൽ തേങ്ങ പറിക്കുമ്പോൾ ഏണിയിൽ നിന്നും കാല് കുഴഞ്ഞ് വീണ് മുത്തപ്പൻ ആണ്ടി കിടപ്പിലായി. പുതിയ ചെറുപ്പക്കാരിൽ ആരും ഈ തൊഴിൽ മേഖലയിലേക്ക് വരാഞ്ഞപ്പോൾ കർഷകരുടെ ദുരിതം ഒന്നുകൂടെ വർദ്ധിച്ചു. ഗ്ലാസ്സുകൾ കഴുകിക്കൊണ്ട് ആത്മഗതം എന്നോണം രാമേട്ടൻ പറഞ്ഞു. ‘നേരും...നെറിയും....കൊതോം ഉള്ള കൊയ്യക്കാരൊക്കെ പോയി......’ രാമൻകുട്ടി മാരാർ മേശപ്പുറത്തു നിന്നും ഒരു പത്രമെടുത്ത് തന്റെ കണ്ണിനു നേരെ പിടിച്ചു കൊണ്ട് പറഞ്ഞു. ‘പെട്രോളിന് ഇന്നും വില കേറ്റി’

ഗ്രന്ഥശാലയിലേക്കാൾ കൂടുതൽ പേർ പത്രപാരായണം നടത്തുന്നത് ചായക്കടയിൽ നിന്നാണ്. ചായയും അരിനുറുക്കും കഴിച്ച് വെടി പറഞ്ഞ് പത്രം വായിക്കുക ചിലർക്ക് ഒരു സുഖം തന്നെയാണ്. കണാരൻ തളയും കൊടുവാളുമെടുത്ത് നേർത്ത ഇരുട്ടിലേക്കിറങ്ങി.

(3)

കണാരന്റെ അച്ഛൻ ചെക്കിണി പുഴയ്ക്കക്കരെ നിന്നും മാണിക്കത്തിനെ കല്ല്യാണം കഴിച്ചതിനെ തുടർന്നാണ് അയാളുടെ പേരിനൊപ്പം കറുത്ത എന്ന വിശേഷണം കൂടി ലഭിച്ചത്. മാണിക്കത്തിന് മഞ്ഞളിന്റെ നിറവും ചന്തവുമുണ്ടായിരുന്നു. ഗ്രാമത്തിലെ അമ്പലവാസി സ്ത്രീകൾക്കോ നായർ സ്ത്രീകൾക്കോ ഇത്രയും നിറമോ മുഖ കാന്തിയോ ഉണ്ടായിരുന്നില്ല. മേപ്പാട്ടില്ലത്ത് വാസുണ്ണി നമ്പൂതിരി, കിഴക്കെ മഠത്തിൽ താമരാമ്പി എന്നു വിളിക്കുന്ന രാമൻ നമ്പീശൻ, മേറക്കാട്ട് ആലി ഹാജി, വളഞ്ചേരി ഇമ്പിച്ചി, കൂമുള്ളി അച്ചുതൻ നായർ, കച്ചേരി കൃഷ്ണൻ മേനോൻ ഇവരിൽ ഒരാളുടെ തെങ്ങിൻ തോപ്പിൽ തന്നെ തേങ്ങ പറിച്ചു തീർക്കാൻ രണ്ട് ദിവസം മുഴുവൻ വേണം. കുലയിൽ നിന്നും തേങ്ങ വെട്ടി മാറ്റി പേടും, മച്ചും, തിരിഞ്ഞ് എണ്ണിത്തീരുമ്പോൾ മൂന്നാം ദിവസം ഉച്ചയാവും. ഇത് കൂടാതെ ഒരേക്കറിൽ തുടങ്ങി പത്ത് സെന്റ് വരെയുള്ള അനവധി പറമ്പുകൾ വേറെയുമുണ്ട്. ചെക്കിണിക്ക് കൂട്ടായി അനന്തിരവൻ കുഞ്ഞിമ്മന്നനും ഉണ്ടായിരുന്നു. മന്നൻ പെണ്ണുകെട്ടി ആറ് മാസം കഴിഞ്ഞപ്പോൾ ഭാര്യയുടെ നിർബന്ധം മൂലം തെങ്ങ് കയറ്റം അവസാനിപ്പിച്ച് ഓട്ടോ ഡ്രൈവറായി. ഗുരുവും അമ്മാവനുമായ ചെക്കിണിയെ തനിച്ചാക്കിയതിൽ മന്നന് കുണ്ഠിതം ഉണ്ടായിരുന്നെങ്കിലും പുതിയ പെണ്ണിനെ പിണക്കാൻ മനക്കരുത്തുണ്ടായില്ല.

തെങ്ങിൽ കയറി വന്ന ചെക്കിണി എണ്ണ പുരട്ടി കാൽ കല്ലിൽ ഉരച്ച് അഴുക്ക് കളയുമ്പോഴാണ് കണാരൻ സ്കൂളിൽ നിന്നും വന്നത്.

"എന്താടാ ഇന്ന് ഇസ്കൂളില്ലേ.... മാഷമ്മാരാരെങ്കിലും ചത്തോ?"

"സമരം"

"എന്തിന്?"

"ഇക്കറിഞ്ഞൂടാ"

"ഇന്നാ ഇനി ഇഞ്ഞ് ഇസ്കൂളിൽ പോണ്ട, അപ്പൂട്ടൻ മാഷോട് ഞാൻ പറയ്ന്നിണ്ട്."

(4)

കണാരൻ അമ്മയുടെ മുന്നിൽ ചെന്ന് സങ്കടം നടിച്ചു, എന്നിട്ട് പടിയിറങ്ങി അമ്പലപ്പറമ്പിലേക്ക് ഓടി. കൂറ്റൻ നാട്ടുമാവിന്റെ ചുവട്ടിൽ രാത്രി പൊഴിഞ്ഞ പഴുത്ത മാങ്ങകൾ പെറുക്കി ട്രൗസറിന്റെ കീശയിലിട്ട് ഒന്ന് കടിച്ചീമ്പി കിഴക്കെ നടയിലൂടെ തലയുയർത്തി രാജാവിനെ

പ്പോലെ നടന്നു. മലയാളം പഠിപ്പിക്കുന്ന അപ്പൂട്ടൻ മാസ്റ്ററുടെ തല്ല്, സുഹറ ടീച്ചറുടെ നുള്ള്, കണക്ക് പഠിപ്പിക്കുന്ന കണക്കൻ കൃഷ്ണൻ മാഷിന്റെ ചെവി തിരുമ്മൽ. ചരിത്രം... സാമൂഹ്യപാഠം, ഹിന്ദി അങ്ങനെ സകല മാന വെറുപ്പിക്കലിൽ നിന്നും ഞാൻ മോചിതനായിരിക്കുന്നു. ശാശ്വതം എന്ന് പറയാൻ കഴിയാത്ത ഈ ചെറിയ മനുഷ്യജീവിതത്തിന് അത്യാവശ്യം പഠിച്ചു വെക്കേണ്ട കാര്യങ്ങളൊക്കെ ഇതിനകം സ്വായത്തമാക്കിയിരിക്കുന്നു എന്ന ഉത്തമ വിശ്വാസത്താൽ സ്വാതന്ത്ര്യത്തിന്റെ നല്ല നാളുകൾ ആഘോഷിക്കാൻ കണാരൻ തീരുമാനിച്ചു.

അതിരാവിലെ ഇനി എഴുന്നേൽക്കണ്ട, പല്ല് തേച്ച്, കുളിച്ച്, പഠിച്ച് സ്കൂളിൽ പോകേണ്ട എന്ന സമാധാനത്തോടെ ഉറങ്ങിക്കിടന്ന കാണാരനെ ചെക്കിണി വിളിച്ചുണർത്തി. ഉമിക്കരി കൊണ്ട് പല്ല് തേച്ച് മുഖം കഴുകി വന്നപ്പോൾ മാണിക്യം അവന് ചായകൊടുത്തു. ചായ കുടിച്ചപ്പോൾ ചെക്കിണി മുറ്റത്തു നിന്നും കണാരനെ വിളിച്ചു.

“ടാ... ഒരു തോർത്തെടുത്തുടുത്ത് ന്റൊപ്പരം പോരി.”

പറിച്ചിട്ട തേങ്ങാക്കുലകൾ വെട്ടി അടർത്തി മച്ചും പേടും തിരിഞ്ഞ് എണ്ണുകയായിരുന്നു ജോലി. ഏതാണ്ട് ഒരു ഇരുപത് ദിവസം കഴിഞ്ഞപ്പോൾ കച്ചേരി കൃഷ്ണൻ മേനോന്റെ തോട്ടത്തിലെ ഉയരം കുറഞ്ഞ തെങ്ങിലാണ് കണാരൻ ആദ്യമായി കയറിയത്. ചെക്കിണി താഴെ നിന്നും നിർദ്ദേശങ്ങൾ നൽകി. തെങ്ങിന്റെ മണ്ടയിൽ ഇടതു കൈ കൊണ്ട് പിടിച്ചിരുന്ന് കുലയിൽ നിന്നും വലതു കൈ കൊണ്ട് ഒരു തേങ്ങാ അടർത്തി ചെവിയോട് ചേർത്തു പിടിച്ച് കുലുക്കി മൂപ്പ് നോക്കി താഴേക്ക് എറിഞ്ഞപ്പോൾ എന്തല്ലാമോ നേടി എന്ന് കണാരന് തോന്നി. ആ കൊല്ലത്തെ എടവപ്പാതിക്ക് മേപ്പാട്ടില്ലപ്പറമ്പിലെ പീറ്റത്തെങ്ങിൽ നിന്നും പിടിവിട്ട് ചെക്കിണി താഴെ വീണു. കടന്നൽ കുത്തിയപ്പോൾ പിടി വിട്ടതാണെന്നും സ്വയം ചാടിയതാണെന്നും കഥകൾ ഉണ്ടായി. എട്ട് ദിവസം മെഡിക്കൽ കോളേജിലെ രണ്ടാം വാർഡിൽ ചലനമറ്റ് കിടന്നാണ് ചെക്കിണി മരിച്ചത്.

(5)

കണാരൻ കല്ല്യാണം കഴിച്ചത് അമ്മയുടെ ഗ്രാമത്തിൽ നിന്ന് തന്നെയായിരുന്നു. കണാരന് ഇരുപത്തിയെട്ട് വയസ്സ്, കാർത്തിക്ക് പതിനേഴ് വയസ്സ്. കണാരന്റെ ആപ്പൻ* കോരന്റെ നിർബന്ധത്തിന് വഴങ്ങി ആയിരുന്നു കാർത്തിയെ വിവാഹം കഴിച്ചത്, അല്ലാതെ തനിക്ക് ഇഷ്ടപ്പെട്ടിട്ടല്ലെന്ന് മങ്കുറുണി** കുടിച്ച് ലഹരി മൂക്കുമ്പോൾ കണാരൻ കൂട്ടുകാരനായ കരടി വാസുവിനോട് പറയും. അമ്മയുടെ വെളുത്ത നിറവും

അഴകും കണ്ട് വളർന്ന കണാരന് തന്റെ തൊലിയുടെ നിറം കറുപ്പായിരുന്നിട്ടും വെളുപ്പിനോടായിരുന്നു പ്രണയം. ആദ്യരാത്രിയിൽ തന്നെ കണാരൻ കാർത്തിയുടെ നിറത്തെ ആക്ഷേപിച്ച് സംസാരിച്ചു, അവളുടെ കണ്ണുകൾ നിറഞ്ഞു. ഏറെ നേരം അവൾ അവിടെ ഇരുന്ന് കരഞ്ഞു.

കണാരനും കാർത്തിക്കും രണ്ട് കുട്ടികളാണ്. മൂത്തമകൻ സൂരജിന് വെളുത്ത നിറവും മകൾ സതിക്ക് കറുത്ത നിറവുമായിരുന്നു. വാർദ്ധക്യ സഹജമായ രോഗത്താൽ അവശയായി കിടന്ന മാണിക്കം ദൈവത്തിന്റെ ഈ വികൃതിയെ ഓർത്ത് മരിക്കുന്നത് വരെ സ്വയം വിലപിക്കുമായിരുന്നു. സൂരജ് എസ്.എസ്.എൽ.സി പരീക്ഷ കഴിഞ്ഞപ്പോൾ തുടർന്ന് പഠിക്കാതെ കെട്ടിട നിർമ്മാണ തൊഴിലാളിയായി. ഒരു ദിവസം കണാരൻ തന്നോടൊപ്പം വരാൻ സൂരജിനെ വിളിച്ചെങ്കിലും ഈ പണി തനിക്ക് വയ്യെന്ന് അവൻ ശഠിച്ചു പറഞ്ഞു. അന്ന് രാത്രി സൂരജിനോട് കാർത്തി ഈ വിഷയം വീണ്ടും പറഞ്ഞപ്പോൾ അവൻ രോഷത്തോടെ പറഞ്ഞു. അമ്മേ എനിക്ക് പറ്റില്ലെന്ന് പറഞ്ഞാൽ പറ്റില്ല.. അതന്നെ.... അമ്മയ്ക്കറിയോ എട്ടാം ക്ലാസിൽ ഞാൻ പുതിയ സ്കൂളിൽ ചേർന്നപ്പോൾ കുട്ടികളെ പരിചയപ്പെടുന്നതിനിടയിൽ മാഷ് എല്ലാവരും കേൾക്കെ അച്ചന്റെ തൊഴിൽ അന്വേഷിച്ചു. അച്ഛന് കച്ചവടമാണ് എന്ന് ഞാൻ അന്ന് കള്ളം പറഞ്ഞു. അച്ഛന്റെ കാലിലെ തഴമ്പ് കാണുമ്പോൾ എനിക്ക് അറപ്പാണ്. അച്ഛന്റെ വിയർപ്പിന്റെ നാറ്റം അമ്മ എങ്ങനെയാണ് സഹിക്കുന്നത്. സൂരജ് പറഞ്ഞു തീരും മുമ്പെ കാർത്തി അവന്റെ മുഖത്ത് തല്ലി. എന്നിട്ട് ഇടറിക്കൊണ്ട് പറഞ്ഞു, മോനെ നിന്റച്ഛൻ നമ്മുടെ ദൈവമാണ്, കുടിച്ച് വന്ന് ഓല് എന്നെ തല്ലിയിട്ടുണ്ട്, തെറി പറഞ്ഞിട്ടുണ്ട്. എന്നാലും ഓല് ഉയിര് പണയം വെച്ച് കൊണ്ടോരുന്നതാ ഇമ്മള് എന്നും തിന്നുന്നത്, അതും എത്ര കാലമായി എന്ന് നിനക്കറിയോ'? കാർത്തി ഒരു കൊച്ചു കുഞ്ഞിനെപ്പോലെ തേങ്ങി.

(6)

കത്തുന്ന വേനലിൽ തെങ്ങിൽ കയറി അവശനായി വന്ന കണാരന്റെ മുഖം കൂമ്പി ചെറുതായിരിക്കുന്നു. കണ്ണുകൾ കുഴിയിലേക്ക് ആണ്ടുപോയി. ഒരു കിണ്ടി വെള്ളം മുഴുവൻ കുടിച്ച ശേഷം എണ്ണ തേച്ച് കുളിച്ചു. പൂളയും അയിലക്കറിയും ചോറും തിന്ന് പടിയിൽ കിടന്ന് മയങ്ങുമ്പോളാണ് രാജൻ മാഷ് വന്നത്. മാഷിന്റെ ശബ്ദം കേട്ട് കണാരൻ ഉണർന്നു. നാല് മുതൽ ഏഴ് വരെ ഒരേ ക്ലാസിൽ ആയിരുന്നു അവർ പഠിച്ചിരുന്നത്. എങ്കിലും കണാരന് രാജൻ മാഷിനോട് സ്നേഹവും ബഹുമാനവുമായിരുന്നു. മാഷിന്റെ കൂടെ രാഘവൻ വൈദ്യരുടെ മകൻ അശോകനുമുണ്ടായിരുന്നു. കണാരനെയും കുടുംബത്തെയുമവർ വയ

നശാലയുടെ മൂന്നാം വാർഷികത്തിന് ക്ഷണിച്ചു. അന്ന് കിഴക്കയിൽ രാമൻ നായരുടെ മുറ്റത്തെ റമ്മികളി കണാരൻ എത്തുമ്പോളേക്കും തുടങ്ങിയിരുന്നു. കൂമുള്ളി കൃഷ്ണൻ മേനോൻ, അയാളുടെ അളിയൻ ശേഖരൻ നായർ, കിശികിശി നാണു, അയ്യപ്പൻ നായർ എന്നിവരായിരുന്നു പതിവുകാർ. ഞായർ റമ്മി കളിക്ക് നിർബന്ധിത അവധി ആയിരുന്നു. രാമൻ നായരുടെ മക്കൾ അന്ന് വീട്ടിൽ ഉണ്ടാകും. അവർക്ക് ശീട്ടു കളി മാത്രമല്ല കിശികിശി നാണുവിനെയും കണാരനെയും വീട്ടു മുറ്റത്ത് കസേരയിട്ട് ഇരുത്തി കളിപ്പിക്കുന്നതും ഇഷ്ടമല്ലായിരുന്നു.

(7)

കണാരനും കാർത്തിയും സൂരജും സതിയും വായനശാലയുടെ വാർഷികാഘോഷം കാണാൻ ഒരുമിച്ചായിരുന്നു വീട്ടിൽ നിന്നും ഇറങ്ങിയത്. കലാപരിപാടികളിൽ നാടകവും ഗാനമേളയും ഉണ്ട്. ഗാനമേള എറിടെ ഉണ്ടെങ്കിലും കണാരൻ അവിടെ എത്തിയിരിക്കും. കൗമാരത്തിലും യൗവ്വനത്തിലും സിനിമയോടായിരുന്നു കമ്പം. നസീറിന്റെ സിനിമകൾ ഇറങ്ങിയ ദിവസം തന്നെ കാണും. ചില പടങ്ങൾ ഒന്നിലധികം തവണ കണ്ടിട്ടുമുണ്ട്. നസീറും വിജയശ്രീയുമായിരുന്നു ആദ്യ ഇഷ്ട താരങ്ങൾ പിന്നീട് സോമനും ശ്രീവിദ്യയും, മമ്മൂട്ടിയും സുമലതയുമൊക്കെയായി. ഇപ്പോൾ താരങ്ങളെ അന്ധമായി ആരാധിക്കാറില്ല. കരടി വാസുവിന്റെ വീട്ടിന് മുമ്പിലെത്തിയപ്പോൾ കണാരൻ പറഞ്ഞു, 'ഞാനിപ്പോ വരാം.. ഇങ്ങള് നടന്നോ...'കാർത്തിയുടെ മുഖം മങ്ങി, എങ്കിലും അവൾ തിരിഞ്ഞ് നോക്കാതെ മക്കളോടൊപ്പം നടന്നു. ഒരു പൈന്റ് മങ്കുറുണി വാങ്ങി ഒരു ഗ്ലാസ് കുടിച്ച ശേഷം കണാരൻ കുപ്പി ട്രൗസറിന്റെ കീശയിലേക്കിട്ടു. 'ഗാനമേളയ്ക്ക് ന്റെ മല്ലിക ഇണ്ടോ..?" കരടി വാസു കുലുങ്ങി ചിരിച്ചു, എന്നിട്ട് വീണ്ടും ചോദിച്ചു. 'അതോണ്ടായിരിക്കും ഇഞ്ഞ് നേരത്തേ പോണത്......ല്ലേ..."

"ഇഞ്ഞ് പോടാ, ഓളെ പെണ്ണ് പെറ്റ് കിടക്കാ,...അറിയോ എണക്ക്?"

മാണിക്കത്തിന്റെ വെളുപ്പ് ഇല്ലായിരുന്നെങ്കിലും മല്ലിക സുന്ദരിയായിരുന്നു. അവളുടെ വിടർന്ന കണ്ണുകൾ മറക്കാൻ കണാരന് ഇപ്പോഴും കഴിഞ്ഞിട്ടില്ല. പ്രേമലേഖനങ്ങളോ സല്ലാപങ്ങളോ ഇല്ലാത്ത വേറിട്ട ഒരു പ്രണയം. വഴിയിലോ പുഴക്കടവിലോ കല്ല്യാണവീട്ടിലോ കണ്ടാൽ മനസ്സു തുറന്ന് ചിരിക്കും. മല്ലികയെ പതിനേഴാം വയസ്സിൽ മംഗലാപുരത്ത് ബേക്കറി നടത്തുന്ന ദാസൻ കല്ലാണം കഴിച്ചു. അതിൽ പിന്നീടാണ് കണാരൻ ദിവസവും മദ്യം കുടിക്കാൻ തുടങ്ങിയത്.

ലൈബ്രറി സെക്രട്ടറി കുറുങ്ങോട്ട് രാജൻ മാസ്റ്ററുടെ സ്വാഗത പ്രസംഗം കഴിഞ്ഞപ്പോൾ പഞ്ചായത്ത് പ്രസിഡണ്ട് രോഹിണിടീച്ചർ അദ്ധ്യക്ഷയായി. ഉദ്ഘാടനം തുടങ്ങും മുമ്പേ കണാരൻ എഴുന്നേറ്റ് ഇരുട്ടിലേക്ക് നടന്നു. നെല്ലൂളിക്കുന്നിന്റെ താഴെ തരിശിട്ട് കിടക്കുന്ന വിശാലമായ കൊണ്ടംവള്ളി പാടം. മേപ്പാട്ട് ഇല്ലം വകയിലും കൂമുള്ളി കൃഷ്ണൻ മേനോന്റെയും, കിഴക്കെയിൽ രാമൻനായരുടെയും ഒക്കെ ഉടമസ്ഥതയിലുമായിരുന്നു സിംഹഭാഗവും. പാടം മുഴുവൻ ആബാല വൃദ്ധം ജനങ്ങൾ നിറഞ്ഞിരിക്കുന്നു. കൈതക്കൂട്ടങ്ങൾക്കപ്പുറം മറഞ്ഞി രുന്ന് അവശേഷിച്ച മദ്യം കുടിച്ച് തീർത്ത് കണാരൻ ബീഡി വലിച്ച് പുകയൂതി. മയ്യഴിയുടെ കഥാകാരൻ എം. മുകുന്ദന്റെ ഉദ്ഘാടന പ്രസംഗം ആരംഭിച്ചു. ചെടികളും പുല്ലും നേരത്തെ വെട്ടി വൃത്തിയാക്കി യതുകൊണ്ട് പാടത്തിരിക്കാൻ സൗകര്യമായി. മകരമഞ്ഞ് വീണ് നനഞ്ഞ വയലിൽ ഇരിക്കാൻ ചിലർ പായയും പേപ്പറും കൊണ്ടു വന്നിരുന്നു. കണാരൻ നിലത്തമർന്നിരുന്നപ്പോൾ ലുങ്കി നനഞ്ഞു. പ്രസംഗം നന്നായി ശ്രദ്ധിച്ചു. തണുത്തകാറ്റ് കണാരനിൽ അനിർവചനീയമായ അനുഭൂതി കൾ പകർന്നു കൊണ്ടിരുന്നു. മുകുന്ദന്റെ വാക്കുകൾ കണാരന്റെ കാതുകളിലേക്ക് ആണ്ടിറങ്ങി. കലാപരിപാടികൾ കഴിഞ്ഞപ്പോൾ സമയം ഒരു മണി.

കണാരൻ വീട്ടിലേക്ക് തിരിച്ച് നടക്കുമ്പോൾ ഒരു കാര്യം ഉറപ്പിച്ചി രുന്നു. മുകുന്ദൻ പറഞ്ഞ പോലെ പുസ്തകങ്ങൾ വായിക്കണം, അറിവ് നേടണം, ഈ ലോകമെന്താണെന്ന് പഠിക്കണം.

(8)

തെങ്ങ് കയറ്റം കഴിഞ്ഞ്, എണ്ണ് തേച്ച് കുളിയും ഭക്ഷണവും കഴി ഞ്ഞപ്പോൾ കണാരൻ പതിവു പോലെ രാമൻനായരുടെ വീട്ടിലേക്ക് റമ്മികളിക്കാൻ പോയില്ല. ചെറിയൊരു മയക്കത്തിനു ശേഷം വായന ശാലയിലേക്ക് നടന്നു. കൊണ്ടംവള്ളിപ്പാടത്തിന്റെ പടിഞ്ഞാറെ കരയിൽ താമസിക്കുന്ന കരടിവാസു കോലായിലിരുന്ന് കണാരനെ കണ്ട് കൂകി വിളിച്ചെങ്കിലും വിളി കേട്ടില്ല. വായനശാലയുടെ പഴയ മരക്കോണി കയറുമ്പോൾ ഒന്നാം ക്ലാസിൽ മടിച്ചു മടിച്ച് സ്കൂളിൽ പോയ കാലം ഓർമ്മ വന്നു. ലൈബ്രേറിയൻ ഗീത കണാരനെ കണ്ട് അത്ഭുതപ്പെട്ടു. പിന്നീട് സന്തോഷത്തോടെ സ്വീകരിച്ചു. പുസ്തകങ്ങളുടെ കാറ്റലോഗ് കൊടുക്കാൻ ഒരുങ്ങിയെങ്കിലും അത് വേണ്ടെന്ന് വെച്ചു. നോവലുകൾ സൂക്ഷിച്ച അലമാരയിൽ നിന്നും എം.ടിയുടെ നാല്കെട്ട്, ബഷീറിന്റെ ബാല്യകാലസഖി, തകഴിയുടെ രണ്ടിടങ്ങഴി, കേശവദേവിന്റെ ഓടയിൽ നിന്ന്, കോട്ടയം പുഷ്പനാഥിന്റെ പിശാചിന്റെ കോട്ട എന്നീ പുസ്തക

ങ്ങൾ മേശപ്പുറത്ത് വെച്ച് ഗീത പറഞ്ഞു. 'കണാരേട്ടന് ഇഷ്ടമുള്ളത് എടുത്തോളു.' പുസ്തകങ്ങൾ കണാരൻ തിരിച്ചും മറച്ചും നോക്കി ഒന്നാം പേജ് വായിച്ച് പിശാചിന്റെ കോട്ട എടുത്ത് കക്ഷത്തിൽ വെച്ചു. ഗീത വീണ്ടും ചിരിച്ചപ്പോൾ കണാരനും അതിൽ പങ്കാളിയായി. പുസ്തകം ആരും കാണാതിരിക്കാൻ അരയിൽ തിരുകിയാണ് കണാരൻ വയൽ വരമ്പിലൂടെ നടന്നത്.

(9)

രാത്രിയാണ് കണാരൻ പുസ്തകം വായിക്കാൻ തെരഞ്ഞെടുത്ത സമയം. അതിന് ഒരു കാരണവുമുണ്ട്. ചില രാത്രികളിൽ ഉണർന്നാൽ പിന്നീട് ഉറക്കം വരാറില്ല. വാതിൽ തുറന്ന് പടിയിൽ ബീഡി പുകച്ചിരിക്കും. അന്ന് നേരത്തെ ഭക്ഷണം കഴിച്ച് ഉറങ്ങാൻ കിടന്നു. ഒരു മണിക്ക് എഴുന്നേറ്റ് പുലർച്ചെ അഞ്ച് മണി വരെ ഇരുന്ന ഇരിപ്പിൽ പുസ്തകം വായിച്ചു. അതിനിടയിൽ ബീഡികൾ പുകച്ചുതി. രണ്ട് ദിവസം കൊണ്ടാണ് ആ പുസ്തകം വായിച്ചു തീർത്തത് ലൈബ്രറിയിലെ കുറ്റാന്വേഷണ നോവലുകളും ഡ്രാക്കുള കഥകളും വെറും മൂന്ന് മാസം കൊണ്ട് കണാരൻ വായിച്ചു തീർത്തു. സ്റ്റേറ്റ് ലൈബ്രറി കൗൺസിലിന്റെ ഗ്രാന്റ് കൊണ്ട് പുസ്തകം വാങ്ങാൻ മേളയിൽ പോയപ്പോൾ ലൈബ്രേറിയൻ ഗീത രാജൻ മാഷോട് പറഞ്ഞു, കണാരേട്ടന് പറ്റിയ കുറെ പുസ്തകങ്ങൾ കൂടി വാങ്ങിക്കണം . കണാരന്റെ അഭിരുചി സാവധാനം മാറ്റിയെടുക്കണം എന്ന് രാജൻ മാസ്റ്റർ പറഞ്ഞെങ്കിലും കണാരന് താൽപര്യമുള്ള ആറ് പുസ്തകങ്ങൾ കൂടി വാങ്ങിച്ചു.

വായന കണാരനെ സ്വയം പുതുക്കിപ്പണിതു. ദിനചര്യകളിലും ശീലങ്ങളിലും മാറ്റങ്ങളും ഉണ്ടായി. ആകാശപ്പരപ്പിലെ നക്ഷത്രങ്ങളെയും ചന്ദ്രനെയും ആദ്യം ഉപേക്ഷിച്ചു. ലുങ്കി മാത്രം ധരിച്ച് നടന്നിരുന്ന ആൾ ഷർട്ട് ധരിക്കാൻ തുടങ്ങി, ബീഡി വലിച്ച് പുക ഊതുമ്പോൾ അടുത്ത് ആളുകൾ ഉണ്ടോ എന്ന് ശ്രദ്ധിച്ചു. കിഴക്കെയിൽ രാമൻ നായരുടെ വീട്ടിലെ റമ്മി കളിയിൽ അധികവും ജയിക്കുന്നത് കണാരൻ ആയിരുന്നെങ്കിലും മെല്ലെ മെല്ലെ റമ്മി കളി നിർത്തി. രാജൻ മാഷ് നിർബന്ധിക്കാതെ തന്നെ പാർട്ടിയുടെ യോഗത്തിലും പ്രകടനത്തിലും പങ്കെടുത്തു. കാർത്തിയെ അപമാനിക്കുന്നതിലും അവഹേളിക്കുന്നതിലും ചെറിയ മാറ്റങ്ങൾ ഉണ്ടായി. ഇണ ചേരുന്നത് തന്റെ മാത്രം ലഹരിക്കോ അനുഭൂതിക്കോ വേണ്ടി അല്ലെന്നും കാർത്തി തന്റെ ജീവിത പങ്കാളിയാണെന്നും മനസിലാക്കിത്തുടങ്ങി. എന്നാൽ ലൈബ്രറിയിൽ നിന്ന് പുസ്തകം വാങ്ങി തിരിച്ചു വരുമ്പോൾ കരടി വാസുവിന്റെ വീട്ടിൽ കയറുന്നതിൽ ഒരു മാറ്റവും ഉണ്ടായില്ല.

(10)

ലൈബ്രേറിയൻ ഗീതയുടെ സ്നേഹാഭ്യർത്ഥന മാനിച്ച് എം.ടി യുടെ നാലുകെട്ട് കണാരൻ വായിച്ചു, കുറ്റാന്വേഷണ വിഭാഗത്തിൽ പെടാത്ത ആദ്യ നോവൽ. പിന്നീട് തകഴിയുടെ അനുഭവങ്ങൾ പാളിച്ച കൾ, നിരഞ്ജനയുടെ ചിരസ്മരണ, കേശവദേവിന്റെ ഓടയിൽ നിന്ന്. വായനയുടെ രീതിയിലും കണാരൻ മാറ്റം വരുത്തി. ഒരു ദിവസം ഗീത കണാരനോട് ചോദിച്ചു, "കണാരേട്ടന് ലെനിനോടോ സ്റ്റാലിനോടോ കൂടുതൽ ഇഷ്ടം?".. "സ്റ്റാലിൻ". കണാരന്റെ പെട്ടന്നുള്ള മറുപടി കേട്ട് ഗീത ചിരിച്ചു. എന്നിട്ട് ഗോർക്കിയുടെ 'അമ്മ' വായിക്കാൻ കൊടുത്തു. നാലു ദിവസം കൊണ്ടാണ് കണാരൻ ആ നോവൽ വായിച്ചു തീർത്തത്. ചില അദ്ധ്യായങ്ങൾ സൂക്ഷ്മതയോടെ രണ്ടാമതും വായിച്ചു നോക്കി. കഥാപാത്രങ്ങളെക്കുറിച്ചും കഥയുടെ പ്രമേയത്തെക്കുറിച്ചും ഇടയ്ക്കൊക്കെ കാർത്തിയോട് സംസാരിച്ചു. കണാരൻ എന്നും വൈകീട്ട് ലൈബ്രറി യിൽ ചെല്ലും പത്രങ്ങളും വാരികകളും വായിക്കും.

'എട കണാരാ... നീന്താൻ അറിയുന്ന കുളത്തിലേ ചാടാവൂ, ഇഞ്ഞ് കറുത്ത ചെക്കിണീന്റെ മോനാ... എയ്ത്തും, വായനേം, കൊലേ യൊക്കെ കാരണവന്മാര് സമ്പാദിച്ചു കൂട്ട്യോർക്ക് പറഞ്ഞ പണിയാ. രാമൻനായരുടെ മുറ്റത്തിരുന്ന് എണക്ക് ശീട്ട് കളിക്കാം, ഓലെ സഭേല് ന്നെ ചത്താലും കേറ്റൂലാ'. കരടി വാസു ഇത്രയും പറഞ്ഞ് കണാരനെ നോക്കി കളിയാക്കി ചിരിച്ചു. കണാരൻ കഥകളുടെ ലോകത്തു നിന്നും വസ്തുതകളെ തിരിച്ചറിയാൻ പഠിച്ചിരിക്കുന്നു. വിശ്വസാഹിത്യകാരന്മാർ എഴുതിക്കൂട്ടിയ അനേകം കഥാപാത്രങ്ങൾ ഈ വിശാലമായ ഭൂമിയിൽ എവിടയൊക്കെയോ എപ്പൊഴോ ജീവിച്ച് മരിച്ചവർ ആയിരിക്കില്ലെ. തന്റെ ജീവനോളം വിലപ്പെട്ടതാണ് തന്റെ സംസ്കാരവും. ജീവിതം കൊണ്ട് ലോകത്തെ മാറ്റിപ്പണിത വിശ്വ പൗരന്മാരല്ലെ അനശ്വരരായി ഇന്നും ജീവിക്കുന്നത്. തർക്കങ്ങളും കലഹങ്ങളും സ്വന്തം മനസ്സിന്റെ സമാധാനം കെടുത്തും, അതുകൊണ്ട് വാസുവിന് മറുപടി പറയാതെ കണാരൻ ഇറങ്ങി നടന്നു.

(11)

ഗീത കൊടുക്കുന്ന പുസ്തകങ്ങൾ വായിക്കുന്നതിന് പകരം, കണാരൻ കാറ്റലോഗ് പരിശോധിച്ച് നോവലുകളുടെയും എഴുത്തുകാരുടെയും പേരു പറഞ്ഞ് പുസ്തകങ്ങൾ ചോദിക്കുവാൻ തുടങ്ങി. മയ്യഴിപ്പുഴ യുടെ തീരങ്ങളിൽ, ഖസാക്കിന്റെ ഇതിഹാസം, സ്മാരകശിലകൾ, ആയുസ്സിന്റെ പുസ്തകം, ഇതെല്ലാം വായിച്ച് തീർത്തപ്പോൾ ബന്യാമിന്റെ ആടു ജീവിതം ചോദിച്ചു.

അയ്യോ കണാരേട്ടാ... അത് പുറത്താണല്ലോ ഗീത നാലാമത്തെ തവണയാണ് ഇങ്ങനെ പറയുന്നത്, കണാരന് നിരാശ തോന്നി. ഇതറിഞ്ഞ രാജൻ മാസ്റ്റർ പുതിയ ഒരു പുസ്തകം വാങ്ങി കണാരന് സമ്മാനമായി കൊടുത്തു. ജീവിതത്തിൽ ആദ്യമായി ഒരു പുസ്തകത്തിന് കണാരൻ പൊതിയിട്ടു. പഠിക്കുന്ന കാലത്ത് പുസ്തകങ്ങളുടെ മുഖചിത്രവും, താളുകളും കീറിയപ്പോഴും പൊതിയിട്ട് സൂക്ഷിക്കണം എന്ന് തോന്നിയില്ല. വായന കണാരനെ ഓരോ ദിവസവും നവീകരിച്ചു കൊണ്ടിരുന്നു. മഞ്ഞിലും നിലാവിലും, രാത്രിമഴയിലും സന്ധ്യകളിലും കണാരൻ സൗന്ദര്യം കാണാൻ തുടങ്ങി. താൻ വായിച്ച അനശ്വരരായ കഥാപാത്രങ്ങളെ ഓർമ്മയിൽ നിന്നും കോരിയെടുത്ത് താലോലിച്ചോമനിച്ചു. വായനക്കിടയിൽ കാർത്തിയുടെ കവിളിൽ ഉമ്മ വെച്ചു, അവളുടെ അഴിച്ചിട്ട മുടിയിൽ തലോടി. അങ്ങനെ കണാരൻ ഗ്രാമത്തിന്റെ നൂതന സുവിശേഷമായി മാറി.

ഗ്രന്ഥശാലയുടെ അഞ്ചാം വാർഷികം കേമമായി ആഘോഷിക്കുവാൻ ചേർന്ന സംഘാടകസമിതി രൂപീകരണ യോഗത്തിൽ ഗീത പറഞ്ഞു, 'നമുക്ക് കണാരേട്ടനെ ആദരിക്കണം, എന്റെ ഓർമ്മ ശരിയെങ്കിൽ നൂറിലധികം നോവലുകളാണ് അയാൾ രണ്ടു വർഷം കൊണ്ട് വായിച്ചു തീർത്തത്. യോഗത്തിന്റെ അദ്ധ്യക്ഷൻ രാഘവൻ മാസ്റ്റർ ഈ അഭിപ്രായത്തോട് വിയോജിച്ചു. 'ഏഴാം ക്ലാസ്സിൽ വെച്ച് പഠനം നിർത്തിയ കണാരനേക്കാൾ കഴിവ് തെളിയിച്ചവരുണ്ടല്ലോ നമ്മുടെ നാട്ടിൽ, ഉക്രെയിനിൽ നിന്നും എം.ബി.ബി.എസ് പൂർത്തിയാക്കിയ അടിയോടി മാഷെ മകൾ, രാഘവൻ നമ്പ്യാരുടെ മകൻ കോഴിക്കോട് തഹസിൽദാരായില്ലെ, ലൈബ്രറി കൊടുക്കുന്ന അംഗീകാരം ഒരു നല്ല സന്ദേശം കൂടെ ആയിരിക്കണ്ടേ?' ഈ അഭിപ്രായത്തോട് അനുകൂലിച്ചും പ്രതികൂലിച്ചും പിന്നീട് പലരും സംസാരിച്ചു. അവസാനം വികാരഭരിതനായി രാജൻ മാസ്റ്റർ സംസാരിച്ചു. 'പുസ്തകങ്ങൾ വായിക്കുകയും ചർച്ച ചെയ്യപ്പെടുകയും അതിലൂടെ ധാരാളം വായനക്കാരെ സൃഷ്ടിച്ചെടുക്കുകയുമാണ് ലൈബ്രറിയുടെ എറ്റവും വലിയ കർത്തവ്യം. നിരക്ഷരതയിൽ നിന്നും മനുഷ്യരെ മോചിപ്പിക്കലാണ് എറ്റവും വലിയ പുരോഗമനം, നമ്മളിൽ ആർക്കാണ് കണാരനെപ്പോലെ ആരോഗ്യപരമായ മാറ്റമുണ്ടായത്. മികച്ച വായനക്കാരനായ കണാരനെ ആദരിക്കാൻ യോഗം ഐകകണ്ഠ്യേന തീരുമാനിച്ചു.

വാർഷികം ഗ്രാമത്തിന്റെ ഉത്സവമാക്കി മാറ്റാനുള്ള തയ്യാറെടുപ്പുകൾ ആരംഭിച്ചു, തിരുവാതിരക്കളി, ഒപ്പന, മോഹിനിയാട്ടം, ഗ്രൂപ്പ് ഡാൻസ്, നാടകം... അങ്ങിനെ തദ്ദേശീയർ അണിനിരക്കുന്ന കലാപരിപാടികളുടെ

പരിശീലനം തുടങ്ങി. രാജൻ മാസ്റ്ററുടെ വീടിന്റെ മാളിക, പ്രവർത്തനം നിലച്ച നെയ്ത്ത് മില്ല്, ഖാദർകുട്ടി ഹാജിയുടെ അടച്ചിട്ട പഴയ വീട്, ചുവടുകൾ, താളങ്ങൾ, സംഗീതം, സംഭാഷണം, കരച്ചിൽ, ചിരി... അവിടമാകെ ശബ്ദമുഖരിതമായി. പരിഭവങ്ങളും ലജ്ജയും പ്രണയവും ആരാധനയും അസൂയയും എന്നു വേണ്ട മനുഷ്യവികാരങ്ങളുടെ സമ്മിശ്രമായ കൂടിച്ചേരലിൽ ഒരു മാസം ഗ്രാമം ആണ്ടു കിടന്നു. എം. മുകുന്ദൻ, സച്ചിദാനന്ദൻ, സുഭാഷ് ചന്ദ്രൻ, ബന്യാമിൻ. ഉദ്ഘാടനത്തിന് പ്രശസ്തരുടെ പേരുകൾ പലരും നിർദ്ദേശിച്ചു.

(12)

വാർഷികാഘോഷത്തിന്റെ തലേ ദിവസം കണാരന് പുസ്തകം വായിക്കാനോ ഉറങ്ങാനോ കഴിഞ്ഞില്ല, രാത്രി തിരിഞ്ഞും മറിഞ്ഞും കിടന്നു, ബീഡി വലിച്ച് പുകയൂതി. ബന്യാമന്റെയും, സുഭാഷ് ചന്ദ്രന്റെയും അരികിൽ ഇരിക്കാൻ കഴിയുക. തന്റെ മറുമൊഴി കേൾക്കാൻ അവർക്ക് സമയമുണ്ടാകുമോ? ആശങ്കകളും അങ്കലാപ്പുകളും അയാളെ വളഞ്ഞിട്ടാക്രമിച്ചു. കണാരൻ തനിയെ ചിരിച്ചപ്പോൾ കാർത്തി ഞെട്ടിയുണർന്നു. തീക്ഷ്ണമായ സ്നേഹത്തോടെ കണാരൻ അവളുടെ കവിളിൽ ഉമ്മ വെച്ചു. അധരത്തിൽ വിരൽ കൊണ്ട് അക്ഷരങ്ങൾ എഴുതി. കാർത്തി ലജ്ജയോടെ ചോദിച്ചു, 'ന്താ ഇങ്ങക്ക് പറ്റിയേ, പ്രാന്ത് പിടിച്ചോ?'

കണാരൻ രാത്രി ഉറക്കമൊഴിഞ്ഞ് പുസ്തകങ്ങൾ വായിക്കുമ്പോൾ കാർത്തി ചില രാത്രികൾ ഉറങ്ങാതെ ഇരുന്നിട്ടുണ്ട്. ഒരിക്കൽ ചിരസ്മരണ വായിച്ച് കരഞ്ഞപ്പോൾ കളിയാക്കിയതിന് അവളെ തല്ലിയിട്ടുണ്ട്. വലിച്ചു തീർത്ത ബീഡിക്കുറ്റികൾ തൂത്തു വാരി ഇടയ്ക്ക് കട്ടൻ ചായ ഉണ്ടാക്കിയും തന്നിരുന്നു. വ്യഥകൾ, കാമം, വിപ്ലവം, പ്രണയം, നിരാശ... കഥാപാത്രങ്ങളുടെ വിവിധ വികാരങ്ങളും ചിന്തകളും കണാരനിൽ നിറഞ്ഞൊഴുകിയപ്പോൾ അത് അവളിലേക്കും പകർന്നു നൽകിയിട്ടുണ്ട്. തനിക്ക് വായനശാല നൽകാൻപോകുന്ന അംഗീകാരം കാർത്തിക്ക് കൂടെ അവകാശപ്പെട്ടതാണല്ലോ.

'കാർത്തീ...നിനക്കറിയോ ഏഴാം ക്ലാസിൽ വെച്ച് പഠിത്തം നിർത്തിയതിൽ ഞാനിന്ന് ശരിക്കും വേദനിക്കുന്നു. വിശാലമായ ഈ ഭൂമിയിൽ ചെറിയ ഒരുറുമ്പിനെ പോലെ ആയിരുന്നല്ലോ ഞാൻ ഇത്രനാളും ജീവിച്ചത്.

(13)

മഞ്ഞയും നീലയും നിറത്തിലുള്ള മുറിക്കുപ്പായങ്ങൾ മാത്രമാണ് കണാരൻ ധരിക്കാറുള്ളത്, ഓണത്തിന് കുടുംബശ്രീ മേളയിൽ നിന്നും

കാർത്തി വാങ്ങിച്ച വെളുത്ത നിറമുള്ള ഷർട്ട് കണാരന് സമ്മാനമായി കൊടുത്തപ്പോൾ ദേഷ്യത്തോടെ വേണ്ടെന്നു പറഞ്ഞിരുന്നു. എങ്കിലും കാർത്തി അത് ഭദ്രമായി സൂക്ഷിച്ച് വെച്ചിരുന്നു. 'കൂട്ടം കൂടില്ലെങ്കിൽ ഞാൻ ഒരു കാര്യം പറയട്ടെ... കണാരൻ അവളെ നോക്കി ചിരിച്ചു.

പറയെട്ടേന്നേ...

ന്നാ പറയ്...

ങ്ങള് നാളെ വെളുത്ത കുപ്പായം ഇട്ടാ മതി.. വല്ല്യ വല്ല്യ ആളുകളൊക്കെ വരുന്നതാ. കണാരൻ വീണ്ടും ചിരിച്ചു എന്നിട്ട് പറഞ്ഞു.. 'അത് മതി, നിന്റെ ഇഷ്ടം..."

തുറന്നിട്ട ജാലകത്തിലൂടെ തണുത്ത കാറ്റ് ഒഴുകി വന്നു, ദൂരെ മണ്ണാത്തിപ്പുള്ളിന്റെ കരച്ചിൽ. കാർത്തി മയ്യഴിപ്പുഴയുടെ തീരങ്ങളിലെ ചന്ദ്രികയായി, കണാരൻ ദാസനും. അവർ പുഴക്കരയിലൂടെ നടന്നു. മഞ്ഞും നിലാവും പുതച്ച അഴിമുഖത്തെ കരിമ്പാറയിൽ കയറിയിരുന്നു. നഗ്നമായ അവരുടെ പാദങ്ങളിൽ വെൺതിരകൾ വന്ന് ഇക്കിളിപ്പെടുത്തി. കാർത്തി നരച്ച കുറ്റിരോമങ്ങൾ നിറഞ്ഞ കണാരന്റെ കവിളിൽ മുഖം അമർത്തി, അവളുടെ കണ്ണുകളിൽ നിന്ന് ഒഴുകിയ മിഴിനീർ കണാരന്റെ ചുണ്ട് നനച്ചു. ആദ്യരാത്രി എന്നോണം കണാരൻ കാർത്തിയെ ഗാഢമായി പുണർന്നു.

(14)

"അച്ഛാ ഇന്ന് തെങ്ങിൽ കയറാൻ പോണ്ട... ഞാനും പണിക്ക് പോന്നില്ല..."

കണാരൻ തളയും കൊടുവാളുമെടുത്ത് മുറ്റത്തേക്ക് ഇറങ്ങാൻ ഒരുങ്ങിയപ്പോൾ സൂരജ് പറഞ്ഞു, കാർത്തി പുട്ടും ചെറുപയർകറിയും ചായയുമായി വന്നു, കണാരൻ അവളെ അത്ഭുതത്തോട നോക്കി. കാർത്തി കുളിച്ച് ഈറൻ മാറി, വർഷങ്ങൾക്ക് ശേഷം നെറ്റിയിൽ സിന്ദൂരം ചാർത്തിയിരിക്കുന്നു.

"രാമേട്ടന്റെ പീട്യേന്ന് ചായ കുടിക്കാൻ കാശ് വേണ്ടേ... ങ്ങള് ഇനി ഈടന്ന് ചായ കുടിച്ചാ മതി."

സൂരജ് മുറിയിൽ നിന്നും രണ്ട് കവറുമായി വന്ന് പറഞ്ഞു, ഞാൻ വാങ്ങിച്ച പുതിയ മുണ്ടും അമ്മ പണ്ട് മേടിച്ച വെള്ള ഷർട്ടും ഇട്ട് പോയാ മതി. പിന്നെ കിശികിശീന്റെ പീടികേ ചെന്ന് താടി വടിക്കണം. നാട് മുഴുവൻ അറിയുന്ന ആളുകളാ വരുന്നത്. കണാരൻ കവർ തുറന്നു

നോക്കി, സ്വർണ്ണക്കരയുള്ള ഡബിൾ മുണ്ട്, ജീവിതത്തിൽ ഒരിക്കൽ പോലും സ്വർണ്ണക്കരയുള്ള മുണ്ട് ഉടുത്തിട്ടില്ല. നീല ഷർട്ടും ചുവന്ന കരയുള്ള മുണ്ടുമായിരുന്നു കല്ല്യാണവേഷം. കാർത്തി അത് കുറേക്കാലം അലമാരയിൽ സൂക്ഷിച്ചിരുന്നു.

കുളിച്ചു വന്ന കണാരൻ കണ്ണാടിയിലേക്ക് വിസ്തരിച്ച് നോക്കിയപ്പോൾ പത്ത് വയസ്സ് കുറഞ്ഞ പോലെ തോന്നി. വീണ്ടും നോക്കിയപ്പോൾ ഇടത്തെ ചെവിയുടെ താഴെ ചോര പൊടിഞ്ഞതായി കണ്ടു. കിശികിശി നാണു അങ്ങിനെയാണ്, മുടിവെട്ടുന്നതിനിടയിലും രാഷ്ട്രീയം പറയും. പറഞ്ഞ് പറഞ്ഞ് അയാൾ അടിമുടി വിറയ്ക്കും. കണ്ണുകൾ നക്ഷത്രങ്ങളാകും, വാക്കുകൾക്ക് അസ്ത്രങ്ങളെക്കാൾ മൂർച്ചയുണ്ടാകും. ഷേവ് ചെയ്യുമ്പോഴാണ് അയ്യപ്പൻ നായർ മുടിവെട്ടാൻ വന്നത്.

"അച്ഛാ ഇമ്മക്ക് ഒരുമിച്ച് പോകാം". സതിയും കുട്ടികളും അവളുടെ ഭർത്താവും വന്നിരിക്കുന്നു. കുട്ടികൾ അമ്മാച്ചനെ അത്ഭുത ജീവിയെ പോലെ നോക്കി. കണാരൻ വീണ്ടും മുറിയിലേക്ക് കയറി മുണ്ടഴിച്ചുടുത്തു. ഈ മുണ്ടിന് എന്താണ് ഇത്ര ഭാരം. വെളുത്ത ഷർട്ട് കറുത്തവനായ എനിക്ക് ചേരുമോ. ജാള്യത്തിൽ മുങ്ങിനിന്ന കണാരന്റെ ഇടതു കയ്യിൽ സതി പുതിയൊരു വാച്ച് കെട്ടിക്കൊടുത്തു. ജീവിതത്തിൽ ഒരിക്കലും വാച്ച് ഉപയോഗിക്കാത്ത കണാരൻ അത് തടയാൻ ശ്രമിച്ചെങ്കിലും അവിടെയും അയാൾ പരാജയപ്പെട്ടു. മുറ്റത്തിറങ്ങിയപ്പോൾ സൂരജ് പറഞ്ഞു, മറുപടി പ്രസംഗം ഇങ്ങക്ക് എഴുതിത്തരാൻ ഞാൻ രാജൻ മാഷോട് പറഞ്ഞിട്ടുണ്ട്. അത് നോക്കി തെറ്റാതെ വായിച്ചാൽ മതി. സൂരജിന്റെ മുഖത്തേക്ക് ഗൗരവത്തോടെ നോക്കിയതല്ലാതെ കണാരൻ ഒന്നും പറഞ്ഞില്ല.

(15)

കള്ളി മുണ്ടും നീലയും മഞ്ഞയും നിറത്തിലുള്ള മുറിക്കൈ ഷർട്ടും ധരിച്ച് വേഗത്തിൽ മാത്രം നടന്നിരുന്ന കണാരനെ അയൽക്കാർ അടിമുടി നോക്കി. ആ നോട്ടത്തിൽ താൻ ചൂളിപ്പോയതായി കണാരന് തോന്നി. ഇനി എന്തെല്ലാം കാണണം, കേക്കണം. ഓർക്കുന്തോറും കണാരന്റെ ഞരമ്പുകൾ തണുത്തുറഞ്ഞു.

'ന്റെ ഞൊണ്ടിക്കാലു കൊണ്ട് ആടെ നടന്നെത്താൻ പറ്റൂല, ഇഞ്ഞും ഞാനും, രാജൻ മാഷും, മല്ലികയുമൊക്കെ ഒരുമിച്ച് ഇസ്കൂളിൽ പോയോരല്ലേ, ഇഞ്ഞ് നന്നായി പ്രസങ്ങിക്കണം. കാണാരാ, ഇഞ്ഞൊരു യോഗ്യനായെടോ. ഇമ്മാള് ഞാൻ പറഞ്ഞതൊക്കെ അങ്ങ് മറന്നേക്ക്.' കരടി വാസുവിന്റെ വാക്കുകൾ ഇടറിയിരുന്നു. 'ഞാൻ തിരിച്ചു വരുമ്പോൾ

വരും, നിന്നെ ഒന്ന് കാണണംന്ന് തോന്നി അതാ വന്നത്.' വാസു ചിരിച്ചു എന്നിട്ട് കണാരന്റെ കൈ പിടിച്ച് നെഞ്ചിൽ അമർത്തി. അവരുടെ കണ്ണുകൾ പരസ്പരം സംഗമിച്ചു.

(16)

തരിശിട്ട വയലുകളിൽ മകരസന്ധ്യ വലിയ പായ വിരിച്ചു. നെല്ലൂളിക്കുന്നിന്റെ ചരിവുകളിൽ സൂര്യൻ ചായുകയാണ്. രാമേട്ടന്റെ സ്പെഷ്യൽ ചായക്കട. റൊട്ടിയും, ഓംലെറ്റും പഴംപൊരിയുമായി മമ്മദിന്റെ പെട്ടിക്കട. ബീഡിയും, തീപ്പെട്ടിയും, വെറ്റില മുറുക്കാനും, കടലവറുത്തതും, സോഡയുമായി അയമോട്ടി. എല്ലാം കൊണ്ടും ഒരു മഹോത്സവത്തിന്റെ പ്രതീതി. അയൽ ഗ്രാമങ്ങളിൽ നിന്നും ആളുകൾ കൂട്ടമായി വന്നിരിക്കുന്നു. കലാപരിപാടികളിൽ പങ്കെടുക്കുന്നവരുടെ കുടുംബാംഗങ്ങളെയും സുഹൃത്തുക്കളെയും കൊണ്ട് വേദിയുടെ മുൻ വശം നിറഞ്ഞിരിക്കുന്നു. സ്റ്റേജിനടുത്തേക്ക് നടക്കുമ്പോൾ കാലുകൾക്ക് ഭാരം കൂടി വരുന്നതായി കണാരന് തോന്നി. വെള്ള ഷർട്ടിൽ രാജൻ മാഷ് തന്നെയാണ് ബാഡ്ജ് അണിയിച്ചത്. എപ്പോഴും ചിരിക്കുന്ന രാജൻ മാഷുടെ മുഖം കൂടുതൽ പ്രസന്നമായിരിക്കുന്നു. അയാൾ കീശയിൽ നിന്നും ഒരു കുറിപ്പെടുത്ത് കണാരന്റെ കയ്യിൽ കൊടുത്തു പറഞ്ഞു, 'പേടിക്കണ്ട ഇത് നോക്കി വായിച്ചാൽ മതി'

"വേണ്ട മാഷെ..മറുപടിപ്രസംഗം എന്റെതല്ലെ.. അത് ഞാൻ തന്നെ പറഞ്ഞോളാം.'

രാജൻ മാഷ് കണാരനെ തന്റെ ശരീരത്തിലേക്ക് ചേർത്ത് പിടിച്ച് പറഞ്ഞു. 'മതി..... ധാരാളം.... അങ്ങനെയാണ് വേണ്ടത്.' ആ സ്പർശനം കണാരനിൽ ഊർജ്ജം പകർന്നു.

(17)

ആടുജീവിതത്തിന്റെ രചയിതാവ് ബന്യാമിനെ ജീവനോടെ നേരിട്ട് കാണുകയാണ് അതും തൊട്ടരികിൽ. എവിടെ, കട്ടിമീശയും ഉയരവുമുള്ള സുഭാഷ് ചന്ദ്രൻ...? അടുത്തിരുന്ന പഞ്ചായത്ത് മെമ്പർ ഗോപാലേട്ടൻ പറഞ്ഞു, സുഭാഷ് ചന്ദ്രൻ എത്താൻ സാധ്യതയില്ല. രാജൻ മാസ്റ്ററുടെ സ്വാഗത പ്രസംഗത്തിൽ കണാരന്റെ പേര് പറഞ്ഞപ്പോൾ ജനം കയ്യടിച്ചു. ജാള്യത്തിലും അപകർഷതാബോധത്തിലും കുതിർന്ന കണാരന്റെ മുഖം വികസിച്ചു. പഞ്ചായത്ത് പ്രസിഡണ്ട് രോഹിണി ടീച്ചർ അധികം സംസാരിക്കാതെ ബന്യാമിനെ ഉദ്ഘാടനം ചെയ്യാൻ ക്ഷണിച്ചു.

'കണാരേട്ടൻ മലയാളികളുടെ മുഴുവൻ അഭിമാനമാണ്, അതേപോലെ നിങ്ങളുടെ ഗ്രാമത്തിന്റെ മാതൃകയും വെളിച്ചവും. ഏഴാം ക്ലാസിൽ വെച്ച് പഠിത്തം നിർത്തി തെങ്ങേൽ കേറാൻ പോയ ആളിനെയാണ് നിങ്ങളുടെ ഗ്രന്ഥശാല പുതിയ മനുഷ്യനാക്കിയത്. ലോകത്തെ പിടിച്ചു കുലുക്കിയ വിപ്ലവത്തിന് തീ പകർന്നത് പുസ്തകങ്ങളാണ്.. എഴുത്തുകാരെക്കാൾ നമ്മൾക്ക് ആവശ്യം വായനക്കാരെയാണ്.'

വെളിച്ചം തൂങ്ങിക്കിടന്ന കാലിന്റെ ചുവട്ടിൽ ആൾക്കൂട്ടത്തിനിടയിൽ നിന്നും മല്ലികയുടെ കണ്ണുകൾ കണാരൻ തിരിച്ചറിഞ്ഞു. കാലം എത്ര കടന്നു പോയിട്ടും അവളുടെ കണ്ണുകളുടെ തിളക്കം മങ്ങിയിട്ടില്ല. ഈ പ്രസംഗപീഠം തന്റെ ഭാരം മുഴുവൻ താങ്ങുമോ, വലതുകൈ കൊണ്ട് കണാരൻ മൈക്ക് അമർത്തിപ്പിടിച്ച് നാല് പാടും നോക്കി. "പ്രിയപ്പെട്ടവരെ, എനിക്ക് പഠിപ്പോ തറവാട്ടുമഹിമയോ ഇല്ല. ഞാൻ കൊയ്യക്കാരൻ ചെക്കിണിയുടെ മോനാ, ഞാനും കൊയ്യക്കാരനാ.... അതിൽ എനിക്ക് അഭിമാനവുമുണ്ട്. നീണ്ട ഹർഷാരവത്തിനിടയിൽ കണാരന്റെ വാക്കുകൾ മുങ്ങിപ്പോയി. കോട്ടയം പുഷ്പനാഥിന്റെ പുസ്തകങ്ങളായിരുന്നു ഞാൻ ആദ്യം വായിച്ചത്. അയാളായിരുന്നു അന്ന് എന്റെ എറ്റവും വലിയ എഴുത്തുകാരൻ, ഇപ്പോഴും ബഹുമാനമുണ്ട്. ഇപ്പോൾ ഞാൻ എല്ലാവരുടെയും പുസ്തകങ്ങൾ വായിക്കുന്നു. ഞാൻ കടപ്പെട്ടത് രണ്ടു പേരോടാണ്. ഒന്ന് രാജൻമാഷ്, രണ്ട് ഗീത. ഞാൻ മരിക്കുന്നത് വരെ വായിക്കും. എന്റെ കാർത്തിയുടെ അടുത്തിരുന്ന് പുസ്തകം വായിക്കുമ്പോൾ മരിച്ചോട്ടെ, അതാണ് എന്റെ ഏറ്റവും വലിയ ആഗ്രഹം."

(18)

ഉദ്ഘാടന സമ്മേളനം അവസാനിച്ചു. നിലാവ് പന്തൽകെട്ടിയ വേദിയിൽ കലാപരിപാടികൾ അരങ്ങേറി. പുലർച്ചെ മൂന്ന് മണി കഴിഞ്ഞപ്പോഴാണ് തിരശ്ശീല വീണത്. ബന്യാമിൻ തന്റെ കയ്യൊപ്പ് ചാർത്തിയ മൂന്ന് പുസ്തകങ്ങളാണ് കണാരന് സമ്മാനമായി കൊടുത്തത്. അത് നെഞ്ചിൽ അമർത്തിപ്പിടിച്ച് കണാരൻ കുടുംബാഗങ്ങളോടൊപ്പം നടന്നു. അഭിനന്ദനങ്ങളുടെ പ്രവാഹങ്ങൾ,... ഹസ്തദാനങ്ങൾ... അയ്യപ്പൻ നായർ കണാരന്റെ കൈ പിടിച്ചു കൊണ്ട് പറഞ്ഞു, "കണാരാ ഇഞ്ഞ് കലക്കി...."

വയൽ വരമ്പുകളിൽ മൊബൈൽഫോൺ ടോർച്ചുകൾ ദീപക്കാഴ്ചയൊരുക്കി. അനുമോദനങ്ങളും, വിമർശനങ്ങളും, അത്ഭുതവും, സന്തോഷവും, പലരുടെ ഹൃദയത്തിൽ നിന്നും പുറത്തേക്ക് ഒഴുകി വന്നു. ഉറക്കം ആരെയും തളർത്തിയിട്ടില്ല. നാനാവശങ്ങളിലേക്കും മനുഷ്യനദി ഒഴുകിക്കൊണ്ടിരുന്നു.

കരടിവാസുവിന്റെ വീട്ടിൽ വിളക്കണഞ്ഞിട്ടില്ല. ആരോ കോണിയിറങ്ങി പുലമ്പിക്കൊണ്ട് നടന്നു പോകുന്നു. തെങ്ങു ചെത്തായിരുന്നു വാസുവിന്റെ തൊഴിൽ, ഇപ്പോൾ ജോലിക്ക് പോവാറില്ല, തളർവാതം ബാധിച്ച് കിടപ്പിലാണ്, ഈയിടെയായി വാസുവിനെ തനിച്ചാക്കി ശാരദ എവിടെയും പോകാറില്ല. പരിപാടിയുടെ വിശേഷങ്ങൾ അറിയാൻ ശാരദയും കോലായിൽ കാത്തിരിക്കുന്നു. വയൽ വരമ്പിൽ നിന്നും കാർത്തിയും സൂരജും അവിടേക്ക് തുറിച്ചു നോക്കി. കണാരൻ കോണി കയറി മുറ്റത്തേക്ക് നടന്നു.

"കണാരാ... ഇഞ്ഞ് പൊടിപൊടിച്ചു. കിശികിശി എന്നോട് പറഞ്ഞു. ഓനിപ്പൊഴാ പോയത്. ഇഞ്ഞ് കണ്ടീനോ?"

ഇല്ല... കണാരൻ കോലായിൽ കയറി വാസുവിന്റ അരികിൽ പായയിൽ ഇരുന്നു. മുറ്റത്തേക്ക് പതുങ്ങി വന്ന കാർത്തിയെ കണ്ട് ശാരദ പറഞ്ഞു, "അല്ലാളെ, ഇഞ്ഞെന്തിനാ ഒളിച്ച് നിക്കുന്നേ, ഇങ്ങോട്ട് കേറ്, ന്റെ തിയ്യന്റെ കൂട്ടം കേൾക്കാൻ എനിക്കും വല്ല്യ പൂതി ഉണ്ടായിരുന്നു... എന്നാലും മൂപ്പരെ ഒറ്റക്കാക്കി ഞാനിപ്പോ ഏടേം പോകാറില്ല, ഓര്ക്ക് ത്ര വെള്ളം എടുത്ത് കൊട്ക്കാൻ ആരേലും ഇണ്ടോ ഈടെ", ശാരദയുടെ വാക്കുകൾ പതറി.

'പെണ്ണേ ന്റെ കാലിന് കൊതൊണ്ടെങ്കിൽ ഞാൻ ആടെ എപ്പൊ എത്തീന്ന് ചോയിച്ചാ മതി... ഞാളങ്ങനെ കളിച്ച് നടന്നോലാ.... സാരല്ല്യ ന്റെ വിധി. എടാ.. നെനക്ക് വേണ്ടി ഞാൻ ഒരു സ്വയമ്പൻ സാധനം വാങ്ങി വെച്ചിട്ടുണ്ട്, മ്പക്കിന്ന് ഒരുമിച്ച് കുടിക്കണം.' ശാരദ ചേമ്പ് പുഴുങ്ങിയതും മത്തി പൊരിച്ചതും ഒരു പാത്രത്തിൽ അകത്തു നിന്നും കൊണ്ടുവന്നു, വാസു രണ്ടു ഗ്ലാസ്സുകളിലേക്ക് ചുവന്ന നിറമുള്ള മദ്യം ഒഴിച്ച് വെള്ളം ചേർത്ത് നേർപ്പിച്ച് ഒര് ഗ്ലാസ് കണാരന് നേരെ നീട്ടി

'വേണ്ട, കുറെ കുടിച്ചില്ലെ, ഇനി മതി....."

അയാളുടെ വാക്കുകൾക്ക് ദൃഢതയും ഇച്ഛാശക്തിയും ഉണ്ടായിരുന്നു, ഒരിക്കൽക്കൂടെ അതിഥിയെ ക്ഷണിക്കാൻ ആതിഥേയന് ധൈര്യമുണ്ടായില്ല. നെല്ലൂളിക്കുന്നും, കൊണ്ടംവള്ളിപ്പാടവും താണ്ടി വന്ന തണുത്ത കാറ്റ് അവരേയും കടന്നു അകലേക്ക് പോയി.

** ആപ്പൻ-ഇളയച്ഛൻ*

*** മങ്കുറുണി-നാടൻ മദ്യം*

വംശാവലി

വാഴത്തോട്ടത്തിൽ ഉച്ചവെയിൽ തീക്ഷ്ണമായി വളരാൻ തുടങ്ങിയപ്പോൾ പൊക്കൻ മുറ്റത്തേക്ക് മടങ്ങി. മണ്ണിന്റെ നിറമുള്ള അരത്തോർത്ത് ഉടുത്ത് വാഴത്തടങ്ങളിൽ മണ്ണ് കൂട്ടാൻ തുടങ്ങിയത് വെളുപ്പിനാണ്. അതിനിടയിൽ കഞ്ഞിയും പുഴുക്കും കഴിച്ചു. വരാന്തയിലെ ചുമരിൽ തൂക്കിയ പെൻഡുലം ക്ലോക്കിൽ മണി രണ്ടടിച്ചു. ചെറിയ സുഷിരത്തിലൂടെ വെള്ളം അരിച്ചിറങ്ങുന്ന ഇരുമ്പ് തൊട്ടിയിൽ നാലുതവണ വെള്ളം കോരി തലയിലൊഴിച്ചപ്പോൾ വിശപ്പും ക്ഷീണവും അഴുക്കിനൊപ്പം ഒലിച്ചിറങ്ങുന്നതായി തോന്നി. ആൾമറയ്ക്ക് താഴെ നിലത്ത് പാകിയ കരിങ്കല്ലിൽ കാലുകൾ അമർത്തി തേച്ചു. മണ്ണിൽ നഗ്നപാദനായി നടന്ന് പാദങ്ങൾ ഇരുമ്പുപോലെ ഉറച്ചിരിക്കുന്നു.

മൊസൈക്ക് പതിച്ച വരാന്തയിൽ മരത്തൂണിൽ ചാരി ഇരുന്ന പൊക്കന്റെ മുമ്പിൽ ഭാനുമതിയമ്മ ഇലയിൽ ചോറ് വിളമ്പി. എരിശ്ശേരിയും പപ്പടം കാച്ചിയതും ഇഞ്ചിചമ്മന്തിയും വിളമ്പിയതിന് ശേഷം കുമ്പിട്ടിരുന്ന അവർ എഴുന്നേൽക്കുമ്പോൾ മുഖത്തെ പേശികൾ വലിഞ്ഞ് മുറുകുന്നതും വായിൽ നിന്നുള്ള നേർത്ത ശബ്ദവും പൊക്കൻ ശ്രദ്ധിച്ചു. അറുപത്തിയഞ്ച് വയസ്സ് ഈ ധനുവിലെ ചോതിനക്ഷത്രത്തിലാണ് തികഞ്ഞത്. ഇംഗ്ലണ്ടിൽ താമസിക്കുന്ന മകനും ഡൽഹിയിൽ താമസിക്കുന്ന മകളും കുടുംബസമേതം അപൂർവ്വമായി പിറന്നാൾ ആഘോഷത്തിൽ പങ്കെടുത്തിരുന്നു. മകൾ വർഷത്തിൽ എട്ടോ പത്തോ ദിവസം അമ്മയോടൊപ്പം താമസിച്ചിരുന്നു, മുമ്പ്. ഓണമുണ്ണാനും ശിവരാത്രി ആഘോഷിക്കാനും രണ്ടുപേരും ഏതാണ്ട് ഒരുമിച്ച് എത്താറുണ്ടായിരുന്നു. എന്നാൽ കഴിഞ്ഞ രണ്ടുവർഷത്തെ ഇടവേളയിൽ ഈ പതിവുകളൊക്കെ തെറ്റിയിരുന്നു.

ശിവശങ്കരൻനായർ മരിച്ചിട്ട് ഏതാണ്ട് മുപ്പത് വർഷം കഴിഞ്ഞു. പൂമുഖത്ത് തൂക്കിയിട്ട വലിയ ഛായാചിത്രത്തിലേക്ക് പൊക്കൻ നോക്കി. സൗമ്യതയും ആഭിജാത്യവും സമ്മിശ്രമായി പ്രതിഫലിക്കുന്ന മുഖം നോക്കുമ്പോഴൊക്കെ, എന്തോ പറയാൻ ബാക്കി വെച്ചിരിക്കുന്നുവെന്ന് പൊക്കന് തോന്നാറുണ്ട്.

പതിവുപോലെ ഉച്ചമയക്കത്തിൽ പൊക്കൻ തന്റെ ഇന്നലെകളോടൊപ്പം സഞ്ചരിച്ചു. ഒൻപതാം ക്ലാസ്സിൽ ക്രിസ്തുമസ് പരീക്ഷ എഴുതിയിരി

ക്കുമ്പോഴാണ് ഓർക്കാട്ടേരി ചന്തയിൽവെച്ച് പരിചയപ്പെട്ട വളക്കച്ചവട ക്കാരനോടൊപ്പം ആരോടും പറയാതെ വീട് ഉപേക്ഷിച്ച് ഇറങ്ങിയത്. ഉത്സവപ്പറമ്പിൽനിന്നും ഉത്സവപ്പറമ്പുകളിലേക്കുള്ള യാത്രകൾ. മഹാ ക്ഷേത്രങ്ങൾ, കാവുകൾ, അപരിചിതരായ അനേകം മനുഷ്യർ, കണ്ണട ക്കാതെ വെളുപ്പിച്ചെടുത്ത രാത്രികൾ. ഇഷ്ടപ്പെട്ടത് സ്വന്തമാക്കാൻ കഴിയാത്തവരുടെ നിരാശ. വേണ്ടപ്പെട്ടവർക്ക് മോഹിച്ചത് സമ്മാനിക്കു മ്പോൾ ഉണ്ടാവുന്ന സംതൃപ്തി. കുപ്പിവളകളും മോതിരങ്ങളും മാലകളും തീർത്ത വർണ്ണാഭമായ കഴ്ചകളോട് പൊക്കന് വിരസതയും മടുപ്പും തോന്നി.

ശിവരാത്രിപ്പിറ്റേന്ന്, വളച്ചന്തക്കാരന്റെ സഹായിയായി വന്ന കറുത്ത് നീണ്ടകുട്ടി, ഉത്സവപ്പറമ്പിൽ ഉച്ചയായിട്ടും കിടന്നുറങ്ങി. വാണിഭത്തിന് വന്നവർ പന്തൽപൊളിച്ച് യാത്രയ്ക്ക് ഒരുക്കം കൂട്ടിയപ്പോൾ ഉറങ്ങി കിടന്നിരുന്ന പൊക്കനെ അവർ കുലുക്കിവിളിച്ചു. കണ്ണുകൾ തുറന്നു നോക്കിയതല്ലാതെ അവൻ എഴുന്നേറ്റില്ല. വണ്ടികളിൽ സാധനങ്ങൾ കെട്ടി നിറച്ച് യാത്രതുടങ്ങുംമുമ്പെ അവർ പറഞ്ഞു.

"എടാ എണീറ്റ് പോയ്ക്കോ..... ശിവശങ്കരൻ നായരുടെ വയലാ ഇത്, ഓറ് വന്നാൽ നല്ല അടികിട്ടും."

ആനകൾ, വാദ്യക്കാർ, ചാക്യാർ, നങ്ങ്യാർ, ദേഹണ്ഡക്കാർ, ഭജനയി രുന്നവർ ഓരോരുത്തരായി ഉത്സവപ്പറമ്പ് ഉപേക്ഷിച്ചിട്ടും പൊക്കൻ ആളൊഴിഞ്ഞ ആൽത്തറയിൽ കിടുന്നുറങ്ങി. അത്താഴപൂജ കഴിഞ്ഞ് നട അടച്ച് ശാന്തിമാരും അടിയന്തിരക്കാരൻ മാരാരും വടക്കെ നടയി ലൂടെ നടക്കുമ്പോഴാണ് ആൽത്തറയിൽ കിടന്നുറങ്ങുന്ന പൊക്കനെ കണ്ടത്.

ഉത്സവാഘോഷകമ്മിറ്റി സെക്രട്ടറി ശിവശങ്കരൻ നായരും കാര്യസ്ഥൻ അപ്പുണ്ണിനായരും വിവരം അറിഞ്ഞ് വന്നു. ഓലച്ചൂട്ടിന്റെ വെട്ടത്തിൽ അവർ പൊക്കനെ സൂക്ഷിച്ചുനോക്കി. ചൂട്ടിന്റെ ചൂടേറ്റാണ് പൊക്കൻ ഉറക്കത്തിൽനിന്ന് ഞെട്ടിയുണർന്നത്.

"എടാ, നീ ഏതാ... എവിടുന്നാ...?"-ശിവശങ്കരൻനായരുടെ ഘന ഗംഭീരമായ ശബ്ദം. അപ്പുണ്ണിനായർ അവന്റെ മുഖത്ത് നിന്നും ചൂട്ട് മാറ്റിപ്പിടിച്ചു.

പൂച്ചക്കുഞ്ഞിനെപ്പോലെ വിറച്ചുനിന്ന പൊക്കന്റെ തോളിൽ തട്ടി ശിവശങ്കൻനായർ നടക്കാൻ പറഞ്ഞു. അപ്പുണ്ണിനായർ ആഞ്ഞ് വീശിയ ചൂട്ടിന്റെ വെളിച്ചത്തിൽ അവർ വയൽവരമ്പിലൂടെ നടന്നു.

ശിവശങ്കരൻനായരുടെ പത്തായപ്പുരയുടെ വരാന്തയിൽ ആ രാത്രി പൊക്കൻ കിടന്നുറങ്ങി. നേരം പുലർന്നപ്പോൾ ശിവശങ്കരൻനായർ അവനെയും കൂട്ടി കവുങ്ങിൽ തോട്ടത്തിൽചെന്ന് അടക്ക പറിക്കാൻ പറഞ്ഞു. ഒട്ടിയ വയറും നീണ്ട് മെലിഞ്ഞ കൈകാലുകളുമുള്ള പൊക്കൻ കവുങ്ങിന്റെ തലപ്പത്ത് നിന്നും ആടിയുലച്ച് അടുത്ത കവുങ്ങിന്റെ തലപ്പത്തേക്ക് കയറി. പഴുത്ത അടക്കാകുലകൾ കത്തികൊണ്ട് അറുത്തിട്ടു. പശുക്കളെ അഴിച്ച് കെട്ടിയും ചാണകം കോരിയും പുല്ലരിഞ്ഞും തെങ്ങ് തുറന്ന് വളമിട്ടും അവൻ ശീലിച്ചു. തെങ്ങിൽ കയറാൻ മാത്രം ശിവശങ്കരൻനായർ അവനോട് പറഞ്ഞില്ല.

കാര്യസ്ഥൻ അപ്പുണ്ണിനായർ വാർദ്ധക്യത്തിന്റെ മേലാപ്പണിഞ്ഞു. എപ്പോഴും ഉറങ്ങണം. ഒന്നിനും ഒരു ഉത്സാഹവുമില്ല. തടിയും തന്റേടവുമുള്ള പൊക്കൻ ശിവശങ്കരൻനായരുടെ വാല്ല്യക്കാരനായി. ശിവശങ്കരൻ നായരുടെ മകൻ വാസുദേവനോടൊപ്പം പൊക്കനും വളർന്നു. ഞാറുകണ്ടം മുതൽ ഐരാണിപ്പാടം വരെയുള്ള വയൽവരമ്പുകൾ പൊക്കൻ ഒറ്റയ്ക്കു നിന്ന് കിളച്ചു. കേളുച്ചെട്ട്യാരുടെ മൂരികൾ ഉഴുത് മറിച്ച് പാകപ്പെടുത്തിയ തെക്കെവയലിൽ പൊക്കൻ വിത്തെറിഞ്ഞു. അവന്റെ കൈകളിൽനിന്നും മണ്ണിലേക്ക് വീഴുന്ന നെൽമണിക്ക് എന്തോ മാന്ത്രികശക്തിയുണ്ടെന്ന് കർഷകർ വിശ്വസിച്ചു. പൊക്കനെ ശിവശങ്കരൻനായരുടെ ഉടമസ്ഥതയിൽനിന്നും സ്വന്തമാക്കാൻ പുതുശ്ശേരി നമ്പൂതിരിയും നാരായണക്കുറുപ്പും മത്സരിച്ച് പരാജയപ്പെട്ടു.

വെയിൽ തൊഴുത്തിനുമുകളിൽ ഒഴുകിയെത്തി. സമയം നാല് മണി. പൊക്കൻ വാച്ച് കെട്ടാറില്ല.. പത്തായപ്പുരയുടെ മുറ്റം, പടിപ്പുര, കിണർ, തൊഴുത്ത് എന്നിവിടങ്ങളിൽ പതിക്കുന്ന വെളിച്ചവും നിഴലുകളും നോക്കി സമയം ഗണിക്കുന്നു. ചിലപ്പോൾ അത് ശരിയാണോ എന്നറിയാൻ പെൻഡുലം ക്ലോക്കിലേക്ക് അപൂർവ്വമായി നോക്കും.

ഇരുകൈകളിലും വെള്ളം നിറച്ച കുടങ്ങളുമായി പൊക്കൻ വാഴത്തോട്ടത്തിലേക്കോടും. പഴക്കം ചെന്ന കുടങ്ങൾ മാറ്റിവാങ്ങണമെങ്കിൽ ടൗണിൽ ചെല്ലണം. മല്ല്മുണ്ടുടുത്ത് ടൗണിലേക്കുള്ള യാത്രയിൽ പലപ്പോഴും പരിഹാസങ്ങൾ ഏറ്റുവാങ്ങേണ്ടിവന്നിട്ടുണ്ട്. ഇത് മനസ്സിലാക്കിയ ഭാനുമതിയമ്മ ഇനി അങ്ങാടിയിൽ പോവണ്ട, മൂസക്കുട്ടിയുടെ പലചരക്ക് കടയിൽ കിട്ടുന്നത് മതി എന്ന് പറഞ്ഞു. ഇടവിളകളും പച്ചക്കറികളും വാഴയും പറമ്പിൽതന്നെ കൃഷി ചെയ്യുന്നു. വയൽ നികത്തിയാണ് മകൾ അനിത വീട് നിർമിച്ചത്. രണ്ടുനിലയിൽ പണിത വീട് ആരും താമസിക്കാതെ അടച്ചിട്ടിരിക്കുന്നു. മകൻ അനൂപിന് ഓഹരിയായി ലഭിച്ചതത്രയും വിറ്റ് ഇംഗ്ലണ്ടിൽ ഫ്ളാറ്റ് വാങ്ങി താമസിക്കുന്നു.

ശിവശങ്കരൻ നായരുടെ മകൻ വാസുദേവൻ ജീവിച്ചിരുന്ന കാലത്താണ് സ്വത്ത് ഭാഗം ചെയ്തത്. രണ്ട് മക്കൾക്കും സ്ഥലം ഓഹരി വെച്ച് കൊടുത്തപ്പോൾ ഭാര്യ ഭാനുമതിയമ്മയുടെ പേരിൽ അമ്പത്തിനാല് സെന്റ് സ്ഥലവും വീടും എഴുതിവെച്ചു. അച്ഛന്റെ വാല്യക്കാരനും തന്റെ സന്തതസഹചാരിയുമായ പൊക്കൻ ആവശ്യപ്പെടാതെ തന്നെ പത്ത് സെന്റ് സ്ഥലം ദാനാധാരമായി എഴുതിവെയ്ക്കാൻ അയാൾ മറന്നില്ല.

അർബുദബാധിതനായി ആശുപത്രിയിൽ കിടക്കുമ്പോൾ പൊക്കനെ അടുത്തുവിളിച്ച് വാസുദേവൻ പറഞ്ഞു. ഭാനുവിനെ നോക്കണം, അവൾക്ക് തുണയായി എന്നുമുണ്ടാവണം. അമ്മയെ ഡൽഹിയിലേക്ക് വന്ന് ഒപ്പം താമസിക്കാൻ മകൾ നിർബന്ധിച്ചുവെങ്കിലും അവർ പോയില്ല. മരിക്കുന്നത് സ്വന്തം മണ്ണിൽ തന്നെയാവണം. പൂർവ്വികരെ ദഹിപ്പിച്ച ചുടലക്കണ്ടത്തിൽ തന്നെയും ദഹിപ്പിക്കണം എന്ന് ഭാനുമതിഅമ്മ രണ്ട് മക്കളോടും പറഞ്ഞിട്ടുണ്ട്.

തോട്ടത്തിൽ നന കഴിഞ്ഞാൽ പൊക്കൻ വാഴകളോട് സംസാരിക്കും, സ്നേഹത്തോടെ തലോടും. കാറ്റിൽ വാഴക്കൈകൾ പൊക്കനെ ഇക്കിളിപ്പെടുത്തും ചിരിപ്പിക്കും. ചിലപ്പോൾ പൊക്കൻ വാഴത്തോട്ടത്തിൽ തനിച്ചിരുന്നു കരയും. രാത്രി എല്ലാവരും ഉറങ്ങിക്കഴിഞ്ഞാൽ പത്തായപ്പുരയുടെ മുറ്റത്തെ നാട്ടുമാവിന്റെ ചുവട്ടിൽ ഇരുന്ന് ചുരുട്ട് വലിക്കുന്നത് അയാളുടെ ശീലമായിരുന്നു. മൂസക്കുട്ടിയുടെ കടയിൽ ചുരുട്ട് വിൽക്കാൻ വെച്ചത് മൂന്ന് പേർക്കുവേണ്ടി മാത്രമാണ് ഒന്ന് പൊക്കൻ, രണ്ട് കൊല്ലൻ അപ്പു, മൂന്ന് കടക്കാരൻ മൂസക്കുട്ടി.

പോക്കുവെയിൽ തൊഴുത്തിന്റെ മുറ്റത്ത് പരന്നു. വിറകുപുരയിൽ ശേഖരിച്ചുവെച്ച മരക്കഷ്ണങ്ങൾ മഴുകൊണ്ട് വെട്ടി പാകപ്പെടുത്തി അടുക്കളമുറ്റത്ത് അടുക്കിവെച്ചു. ചോറും കറികളും ഭാനുമതിഅമ്മ ഗ്യാസിൽ വേവിക്കാറില്ല. അടുക്കളയിലെ പുകയും ആസ്ത്മാരോഗവും അവരെ വളരെയേറെ ക്ഷീണിപ്പിച്ചിരിക്കുന്നു. ആരെയെങ്കിലും സഹായത്തിന് വിളിക്കാനാണെങ്കിൽ അതും സമ്മതിക്കില്ല. തനിച്ചാണല്ലോ ജനിച്ചത്. ഇപ്പോൾ ജീവിക്കുന്നതും നാളെ മരിക്കേണ്ടതും അങ്ങനെ തന്നെയാണല്ലോ. ഭാനുമതിയമ്മയുടെ ഏക ആശ്രയം പൊക്കനാണ്. പതിനാലാം വയസ്സിൽ ശിവശങ്കരൻ നായരുടെ ആശ്രിതനായി പിന്നീട് ഭർത്താവ് വാസുദേവന്റെ മിത്രമായി. ഇപ്പോൾ ഭാനുമതിയമ്മയുടെ കാവലാളായി ജീവിക്കുന്നു.

കഞ്ഞിയും പയറും വിളമ്പിവെച്ച് ഒന്നും പറയാതെ ഭാനുമതിയമ്മ പോയി കിടന്നു. സാധാരണ കഞ്ഞി വിളമ്പിക്കൊടുത്തശേഷം മക്കളുടെ കുട്ടിക്കാലത്തെ കഥകൾ പറയും. പേരക്കുട്ടികളെ താലോലിക്കണം,

അവരോടൊപ്പം ജീവിക്കണം ആഗ്രഹങ്ങൾ ഒരു മറയുമില്ലാതെ എന്നും പൊക്കനുമായി പങ്കിടും. രണ്ട് മക്കളും പേരക്കുട്ടികളുമുണ്ടായിട്ടും ഏകാകിനിയായാണ് അവർ ജീവിക്കുന്നത്. ഭാനുമതിയമ്മയുടെ കണ്ണിൽ നീർ പൊടിയാത്ത രാത്രികൾ കുറവാണ്.

പൊക്കൻ വെളുപ്പിന് എഴുന്നേൽക്കും. പറമ്പിൽ മുഴുവൻ നടന്ന് താഴെ വീണ തേങ്ങയും അടക്കയും പെറുക്കിയെടുക്കും. പച്ചക്കറികൾ നനയ്ക്കും. അത് കഴിഞ്ഞാണ് കട്ടൻചായ.

മേശപ്പുറത്ത് മൂടിവെച്ച കട്ടൻചായ ഇല്ല.

അടുക്കളയിൽനിന്ന് ഭാനുമതിയമ്മയുടെ ചുമയോ മറ്റ് ശബ്ദങ്ങളോ കേൾക്കാനില്ല. വാതിൽ മുട്ടിവിളിച്ചിട്ടും തുറന്നില്ല. പൊക്കന്റെ നിലവിളികേട്ട് അയൽക്കാരെത്തി. പടിഞ്ഞാറ്റമുറിയുടെ വാതിൽ ബലം പ്രയോഗിച്ച് തുറന്നു. ഭാനുമതിയമ്മ ശബ്ദങ്ങൾ കേൾക്കാതെ കാഴ്ചകൾ കാണാതെ കട്ടിലിൽ ഉറങ്ങിക്കിടക്കുകയാണ്.

മുറ്റത്ത് പന്തൽകെട്ടി, കസേരകൾ നിരന്നു. സൊറപറയുന്ന കാരണവന്മാർ, സ്ത്രീജനങ്ങളും യുവാക്കളും. അനുശോചനം അറിയിച്ച് എത്തുന്നവരുടെ എണ്ണം കൂടി. മകനോ മകളോ ആരാണ് ആദ്യമെത്തുക എന്നതിൽ തുടങ്ങി പൊക്കന്റെ ഭാവിജീവിതം, ദഹനം പ്ലാവിലോ, മാവിലോ?...... പിന്നീട് ആനുകാലികം... ചർച്ചകൾ പുരോഗമിച്ചു.

പൊക്കൻ ആൾക്കൂട്ടത്തിൽ ഏകനായി നാട്ടുമാവിന്റെ ചുവട്ടിൽ ഏറെ നേരം മാറി നിന്നു. ഓർമകളുടെ ഭാണ്ഡക്കെട്ടുകൾ ഓരോന്നായി അഴിഞ്ഞുവീണു. "ഒരിക്കൽപ്പോലും ഭാനുമതിഅമ്മയുടെ മുഖം കറുത്തു കണ്ടിട്ടില്ല". മനസിൽ നിന്നും മനസിലേക്കുള്ള മൗനസഞ്ചാരം. അധിക നേരം അവിടെ നിൽക്കാൻ പൊക്കന് കഴിഞ്ഞില്ല. പടിപ്പുരയിലേക്ക് നടന്നു. എന്നും അന്തിയുറങ്ങാറുള്ള മുറിയുടെ വാതിൽ തുറന്നു. സ്വന്തമെന്ന് പറയാൻ ആകെയുള്ള ഇരുമ്പ് പെട്ടി എടുത്തു. അഴുക്ക് കലരാത്ത രണ്ട് മല്ല് മുണ്ടുകൾ, ഒരു കമ്പിളിപ്പുതപ്പ്, ഇംഗ്ലണ്ടിൽ നിന്നും വന്നപ്പോൾ അനൂപ് സമ്മാനിച്ച ടോർച്ച്, മാൻകൊമ്പിന്റെ പിടിയുള്ള പിച്ചാത്തി, ഉത്സവച്ചന്തയിൽനിന്നും പേരറിയാത്ത ഒരു പെൺകുട്ടി മുമ്പ് സമ്മാനിച്ച ചുവന്ന കല്ലുള്ള മോതിരം; വാസുദേവൻ തന്റെ പേരിൽ എഴുതി വെച്ച ഭൂമിയുടെ ആധാരം മാത്രം എടുത്തില്ല. മുറ്റത്തിറങ്ങി പെട്ടിയുമായി നടക്കുമ്പോൾ പിറകിൽനിന്നും ചിലർ വിളിച്ചു. തിരിഞ്ഞുനോക്കിയില്ല. ഒരു ചെറുപ്പക്കാരൻ ശബ്ദമുയർത്തി പറഞ്ഞു. "നന്ദിയില്ലാത്തവൻ, പോകുന്നത് കണ്ടില്ലേ.....?"

ശിവശങ്കരൻ നായരും, അയാളുടെ മകൻ വാസുദേവനും, വാസുദേവന്റെ ഭാര്യ ഭാനുമതിയമ്മയും ജീവിച്ചിരുന്ന കാലത്ത് സ്വന്തം പ്രാണനെപ്പോലെ സ്നേഹിച്ചും, പരിചരിച്ചും, അവരോടൊപ്പം ജീവിച്ചു. ഇനി ഉത്തരവാദിത്തങ്ങളോ കടമകളോ ഇല്ല. ഈ വീട്ടിലേക്ക് വരുമ്പോൾ ഒന്നുമില്ലായിരുന്നു കൈകളിൽ....... ഇപ്പോഴും...... കോണിപ്പടവുകൾ ഇറങ്ങുമ്പോൾ അഭയംതന്ന വീടിനെ തിരിഞ്ഞുനോക്കി. കണ്ണുകൾ വാഴത്തോട്ടത്തിലേക്ക് സഞ്ചരിച്ചു. ഇളംകാറ്റിൽ വാഴക്കൈകൾ സ്നേഹപൂർവ്വം മാടി വിളിക്കുന്നത് കണ്ടപ്പോൾ ഇമ പൂട്ടി പടികൾ ഇറങ്ങി.....

ഉരുളക്കിഴങ്ങു പാടങ്ങൾ

മുദ്രൻ പൂത്തുനിൽക്കുന്ന നെൽച്ചെടികളിലേക്ക് നോക്കി നെടുവീർപ്പിട്ടു. നല്ല മഴ ലഭിച്ചതുകൊണ്ടാവാം ഈ വർഷം നെൽക്കതിരുകൾ സമൃദ്ധമായത്. കൂമ്പാരക്കുനിയിലും പുഴക്കരയിലും നെല്ലിന് കാവൽ തുടങ്ങിയിട്ട് ഒരാഴ്ചയായി. പന്തൽ കെട്ടാൻ ലക്ഷ്മീനാരായണൻ ഓർമിപ്പിച്ചില്ലെങ്കിലും മുദ്രൻ കൃഷിയുടെ പതിവുകളൊന്നും ഇതുവരെ തെറ്റിച്ചില്ല. ലക്ഷ്മീനാരായണശർമ്മ താമസിക്കുന്ന വസന്തചന്ദ്രാലയം മുദ്രൻ കാണുന്നത് ആറാമത്തെ വയസ്സിലാണ്. അച്ഛൻ ചുണ്ടെലിയുടെ കൈപിടിച്ച് കൊട്ടാരം പോലുള്ള വീട് മുറ്റത്ത് നിന്ന് ആദ്യമായി കണ്ടത് ഇന്നും മറന്നിട്ടില്ല. മുദ്രന് നെല്ലും മണ്ണും കാലികളുമായുള്ള ബന്ധം അന്ന് തുടങ്ങിയതാണ്. കാലികളെ മേക്കാൻ അച്ഛനോടൊപ്പം സഹായിയായി. അയാൾ മരിച്ചപ്പോൾ പന്ത്രണ്ടാമത്തെ വയസ്സിൽ കാലിക്കാരനായി. രണ്ടുവർഷം കഴിഞ്ഞപ്പോൾ എരുതുകളെ* കെട്ടി വയൽ ഉഴാനും ശീലിച്ചു.

തിരുനെല്ലിയിലെ മറ്റ് കർഷകരിൽ നിന്നും വ്യത്യസ്തനായിട്ടാണ് ലക്ഷ്മീനാരായാണൻ ജീവിക്കുന്നത്. പൈതൃകമായ കൃഷിരീതികൾ ആണ് ഇപ്പോഴും പിന്തുടരുന്നത്. കൃഷ്ണവാരിയരും അച്ചുതനുണ്ണി മൂസതും ഗോവിന്ദൻകുട്ടി മാരാരുമൊക്കെ ട്രാക്ടറും ടില്ലറും ഉപയോഗിച്ച് വയലുകൾ പാകപ്പെടുത്തി, അത്യുൽപ്പാദനശേഷിയുള്ള വിത്ത് വിതച്ച്, രാസവളങ്ങൾ ഇട്ടും കീടനാശിനികൾ തളിച്ചും, വരൾച്ചയിൽ പുഴയിൽ നിന്നും മോട്ടോർ വെച്ച് നനച്ചുമൊക്കയാണ് കൃഷി ചെയ്യുന്നതെങ്കിൽ, ലക്ഷ്മീനാരായണൻ എരുതുകളെ മാത്രം ഉപയോഗിച്ച് നിലമൊരുക്കി, വരമ്പും ചാലും നിർമിച്ച് വെള്ളം കെട്ടിനിർത്തി, അതിൽ ചാണകവും ചപ്പും വളമായിട്ട് നാടൻ നെൽവിത്തുകൾ വിതച്ച് കൃഷി ചെയ്യുന്നു.

വംശനാശം സംഭവിച്ചുകൊണ്ടിരിക്കുന്ന വയനാടൻ കാലികളിൽ തള്ളയും, കിടാവുകളും അടക്കം എൺപത്തി ഒമ്പത് കാലികൾ വസന്തചന്ദ്രാലയത്തിലെ രണ്ട് പിടാവിൽ** ഉണ്ടായിരുന്നു. കൂടാതെ എട്ട് എരുതുകൾ തൊഴുത്തിലും. കുളമ്പുദീനം പിടിച്ചും പുലിപിടിച്ചും കുറെയെണ്ണം ചത്തു. അവശേഷിക്കുന്ന കാലികളും എരുതുകളും ഇന്നുമുണ്ട്.

ബാസവന്റെ ചുമ കേട്ട് നോക്കിയപ്പോഴാണ് കുന്നിറങ്ങിവരുന്ന ജബരനേയും ബാസവനേയും മുദ്രൻ കണ്ടത്. മഞ്ഞ് മൂടിയ താഴ്വരയിൽ കാടും വയലും കുന്നും വേർതിരിച്ച് കാണാൻ നേരം ഏറെ പുലർന്നിട്ടും കഴിയുന്നില്ല.

ആറുപതിറ്റാണ്ടുകളായി നെല്ലും വയലും കാലികളുമായി മാത്രമേ മുദ്രന് ഉറ്റ ബന്ധമുള്ളൂ. പുലർച്ചെ എഴുന്നേറ്റ് വയലിൽ ചെന്നാൽ, ഇരുട്ടിയാൽ മാത്രമേ തിരിച്ചെത്തൂ. കാവൽ തുടങ്ങിയാൽ അയാളുടെ രാവും പകലും വയലിൽ തന്നെ. കൃഷിയും കാലിവളർത്തലുമല്ലാതെ മുദ്രൻ മറ്റൊരു തൊഴിലും ഇതുവരെ ചെയ്തിട്ടില്ല. നെല്ലിന് രോഗം വരുമ്പോഴും കാലികൾക്ക് ദീനം വന്നാലും ദേശക്കാർ സമീപിക്കുന്നത് മുദ്രനേയാണ്. ഋതുഭേദങ്ങൾ പ്രകൃതിയിൽ ഉണ്ടാക്കുന്ന മാറ്റങ്ങൾ വളരെ നേരത്തെ തന്നെ തിരിച്ചറിയാനുള്ള കഴിവ് മുദ്രനോളം മറ്റാർക്കുമില്ല. വയലിലേക്ക് തള്ളിനിൽക്കുന്ന കൂറ്റൻ മുളംകണ്ടിയുടെ തല വെട്ടിയാണ് കാവൽ പന്തൽ കെട്ടാറുള്ളത്. ജബരനും ബാസവനും താഴെനിന്ന് മുളക്കഷണങ്ങൾ വെട്ടി ചീന്തിയെടുത്ത കഷണങ്ങളും കാട്ടുമരങ്ങളും കയറിൽ കെട്ടിക്കൊടുക്കും. മുളംകണ്ടിയിൽ ഇരിക്കുന്ന മുദ്രൻ അത് വലിച്ചുകയറ്റി മുതുക്കൻ മുളയിൽ പാകിക്കെട്ടുന്നു. അയാൾ കെട്ടുന്ന കാവൽ പന്തലിന് നല്ല ചന്തവും വലുപ്പവും ഉറപ്പുമുണ്ടാകും.

ലക്ഷ്മീനാരായണനും മുദ്രനും ഏതാണ്ട് ഒരേ പ്രായം. പുഴക്കരയിലുള്ള സ്കൂളിൽനിന്നും ലക്ഷ്മീനാരായണൻ വീട്ടിലേക്ക് വരുമ്പോഴാണ് മുദ്രൻ കാട്ടിൽ നിന്നും കാലികളുമായിവരുന്നത്. മുമ്പിൽ നടക്കുന്ന കാലിയുടെ കഴുത്തിൽ കെട്ടിയ തട്ടയുടെ** ശബ്ദം കേട്ടാണ് മറ്റ് കാലികൾ വരിവരിയായി പിടാവിലേക്ക് കയറുന്നത്. കാലികളെ എണ്ണി നോക്കി പരമ്പ്** അടച്ച് കാരിക്കോൽ** ചാരി. വസന്തചന്ദ്രാലയത്തിന്റെ കളപ്പുരയുടെ മുറ്റത്തിരുന്ന് ആർത്തിയോടെ കഞ്ഞി കുടിക്കുന്ന മുദ്രനെ മാളികയിലെ ജാലകപ്പഴുതിലൂടെ ലക്ഷ്മീനാരായണൻ എന്നും കൗതുകത്തോടെ നോക്കും. ഒരു ദിവസം ആരും കാണാതെ ഗന്ധകശാല അരികൊണ്ട് ഉണ്ടാക്കിയ ഉപ്പുമാവും കടുമാങ്ങ അച്ചാറും വാട്ടിയ ഇലയിൽ മുദ്രന് പൊതിഞ്ഞുകൊടുത്തു. മറ്റൊരു ദിവസം കാലികളെ മേച്ച് വരുമ്പോൾ കാട്ടിലെ നെല്ലിമരത്തിൽ കയറി പറിച്ചെടുത്ത മധുരനെല്ലിക്കയും, ചെമ്പകമരത്തിൽ വിരിഞ്ഞുനിന്ന പൂക്കൾ എറിഞ്ഞുവീഴ്ത്തിയും മുദ്രൻ ലക്ഷ്മീനാരായണന് സമ്മാനങ്ങളായി കൊടുത്തു. ബാല്യത്തിൽ ഉടലെടുത്ത ഇരുവരുടേയും സൗഹൃദം ഈ വാർദ്ധക്യത്തിലും അതേ തീവ്രതയിൽ തന്നെ നിലനിൽക്കുന്നു.

ബാംഗ്ലൂർ നഗരത്തിലെ പഠനത്തിനിടയിൽ ലക്ഷ്മീനാരായണൻ ലെനിൻ, ആചാര്യ നരേന്ദ്രദേവ്, ജെ. ബി. കൃപലാനി എന്നിവരുടെ പുസ്തകങ്ങൾ വായിച്ചു.പഠനം കഴിഞ്ഞ് ലക്ഷ്മീനാരായണൻ തിരിച്ചു വരുമ്പോൾ എല്ലാ അർത്ഥത്തിലും അയാളൊരു പുതിയ മനുഷ്യനായി. വിദ്യാഭ്യാസം ലഭിക്കാത്ത മുദ്ദന് കണക്കിലുള്ള അറിവ് കാലികളുടെ എണ്ണത്തിൽ ഒതുങ്ങി. അടിയരുടെ ഭാഷയും അമ്പലവാസികൾ അടിയരോട് സംസാരിക്കുന്ന വടക്കൻ ചുവ കലർന്ന മലയാളവും അയാൾക്ക് വാമൊഴിയായി അറിയാം. കളപ്പുരയിലും കാവൽ പന്തലിലും ഇരുന്ന് ലക്ഷ്മീനാരായണൻ മുദ്ദന് ഗാന്ധിജിയുടെ കഥകൾ പറഞ്ഞുകൊടുത്തു. ആചാര്യ നരേന്ദ്രദേവ് എഴുതിയ സോഷ്യലിസം ആന്റ് ബുദ്ധിസം എന്ന പുസ്തകത്തെക്കുറിച്ച് വിവരിച്ചുകൊടുത്തു. ലക്ഷ്മീനാരായണൻ പറയുന്ന കഥകൾ കേട്ട് മുദ്ദൻ പുതിയൊരു ലോകത്തേക്ക് കണ്ണും കാതും മനസ്സും ചേർത്തുവെച്ചിരുന്നു. ഈ മലകൾക്കപ്പുറം ഒരു ലോകമുണ്ടെന്നും അവിടെ മണ്ണും മനുഷ്യരും കൃഷിയും വ്യാപാരവുമുണ്ടെന്നും മനസ്സിലാക്കി.

പണ്ഡിതപ്രവരന്മാർ വന്നിരുന്ന് കുശലങ്ങൾ പറഞ്ഞ വസന്തചന്ദ്രാലയത്തിന്റെ പൂമുഖത്തും, ഭക്ഷണമുറിയിലും അവർ ഇരുന്നു. അടിയർക്ക് അമ്പലവാസികൾ അയിത്തം കൽപ്പിച്ചിരുന്ന ആ കാലത്ത് മുദ്ദനും ലക്ഷ്മീനാരായണനും ദേശക്കാർക്ക് വേറിട്ട ഒരു കാഴ്ച തന്നെയായിരുന്നു.

പന്തലിന്റെ മുകളിലിരുന്നാൽ ബ്രഹ്മഗിരിമലകളും കമ്പമലയുടെ പടിഞ്ഞാറെ ചരിവും നരിനിരങ്ങിമലയും കാണാം. പരന്നുകിടക്കുന്ന വയലുകളിൽ കണ്ണുകളെത്തണമെങ്കിൽ പന്തലിന് നല്ല ഉയരം വേണം. ബാസവനും ജബരനും കാളിന്ദിയുടെ കിഴക്കെ കരയിലെ ഉയരം കുറഞ്ഞ പന്തലിൽ ഒരുമിച്ചാണ് കാവലിരിക്കുക. ആനയ്ക്ക് തുമ്പിക്കൈ ഉയർത്തി കുലുക്കാൻ കഴിയുന്ന അത്ര ഉയരത്തിലാണ് അവിടെ പന്തൽ പണിയാറുള്ളത്.അതുകൊണ്ട് കണ്ണുകളെ ഉറക്കം കൊത്തിവലിച്ചാൽ പോലും അവർ ഒരു പോള കണ്ണടക്കാറില്ല.മുദ്ദന് മുളംകണ്ടിയിലെ പന്തലിൽ ഇരുന്നാൽ വയലുകൾ മുഴുവൻ കാണാം. ആനയും പന്നിയും ഒച്ചവെക്കാതെ മരങ്ങളുടെ മറ പറ്റി പതുങ്ങി ഇറങ്ങി വരുമ്പോൾ അയാൾ ആർപ്പുവിളിക്കും, പടക്കങ്ങൾ പൊട്ടിച്ചെറിയും. ബാസവനും ജബരനും അടുത്ത വയലുകളിൽ കാവലിരിക്കുന്നവരും പടക്കങ്ങളും പന്തങ്ങളും തീക്കൊളുത്തി വലിച്ചെറിയും. തീയുടെ വെളിച്ചം കണ്ടും അപശബ്ദങ്ങൾ കേട്ടും ശീലിക്കാത്ത മൃഗങ്ങൾ ഭയന്ന് നെല്ല് നശിപ്പിക്കാതെ കാട്ടിലേക്ക് കയറിപ്പോകും എന്നാണ് വിശ്വാസം. വിശ്വാസങ്ങൾക്ക്

ഭംഗം വരുത്തിയ അനുഭവങ്ങൾ ഏറെ ഉണ്ടായിട്ടുണ്ട്. കാലം തെറ്റി വരുന്ന മഴയിലും, വേനലിലും, മഞ്ഞ് വീഴ്ചയിലുമൊക്കെ പൊരുത്തപ്പെട്ടുപോകുകയല്ലാതെ മറ്റ് മാർഗ്ഗങ്ങളില്ലെന്ന തിരിച്ചറിവ് കൃഷിക്കാരനേയും കർഷകത്തൊഴിലാളിയേയും നവീകരിച്ചിരിക്കുന്നു.

മച്ചികളും ചാവാലികളുമായ കാലികളെയും, കിഴവൻ എരുതുകളേയും വിറ്റ് യന്ത്രങ്ങൾ കൊണ്ട് നിലം ഉഴുത്, പുതിയയിനം വിത്ത് വിതച്ച് കൃഷി ചെയ്യാൻ എത്രയോ തവണ പലരും ലക്ഷ്മീനാരായണനെ ഉപദേശിച്ചിട്ടുണ്ട്. ബാസവനും ജബരനും തങ്ങളുടെ ഉടമയുടെ അപ്രായോഗികതയേയും ബുദ്ധിശൂന്യതയേയും പരിഹസിക്കാറുണ്ട്. പന്തലിൽ മുളകൊണ്ട് അലകുകൾ കെട്ടി പുല്ലുവിരിക്കുമ്പോഴാണ് ആ വഴിവന്ന ചേക്കുണ്ണി ലക്ഷ്മീനാരായണൻ മുദ്ദനെ അന്വേഷിച്ചു എന്ന വിവരം പറഞ്ഞത്.

വസന്തചന്ദ്രാലയത്തിന്റെ പടിപ്പുരയുടെ മുറ്റത്ത് നിന്ന് മുദ്ദൻ ആകാശത്തേക്ക് നോക്കി. കിഴക്കൻ മേഘങ്ങൾക്ക് നിറവും കനവും കൂടിവരുന്നു. കതിരുകളിൽ പാൽ ഉറയ്ക്കുന്ന സമയമാണ്. മഴ പെയ്യരുതേയെന്ന് പ്രാർത്ഥിച്ചു. നെല്ല് വിറ്റിട്ടും മുടക്കുമുതൽ തിരിച്ചുകിട്ടാത്തതിനെ കുറിച്ച് അനിയൻ വാസുദേവശർമ്മ പലപ്പോഴും മുദ്ദനോട് പരാതി പറയാറുള്ളത് അയാൾ ഓർത്തു. “ഹേ.... മുദ്ദാ.... ഇങ്ങനെ പോയാൽ കടം പെരുകി, വയലുകൾ മാത്രമല്ല വീടും കൂടെ വിൽക്കേണ്ടി വരും. ബാങ്കിൽനിന്നും വരുന്ന നോട്ടീസുകൾ ഞാൻ കാണാറില്ല എന്നാണ് ഏട്ടന്റെ വിചാരം. ഇത്രയും കാലത്തിനിടയിൽ സ്നേഹം മാത്രമേ അയാൾ സമ്പാദിച്ചിട്ടുള്ളൂ. ധാരാളം അറിവും കൃഷിഭൂമിയും ഉണ്ടായിട്ടും ഒന്നും ഇല്ലാത്തവനായി പോയില്ലേ. എനിക്ക് ഇപ്പോഴും അയാളോട് ബഹുമാനം തന്നെയാണ്. സ്നേഹം അത് എന്താണെന്ന് ഞാൻ പഠിച്ചത് ഏട്ടനിൽനിന്നാണ്.”

മുറ്റത്ത് കറുത്ത നിറമുള്ള ഒരു ആഢംബര കാർ നിർത്തിയിട്ടുണ്ട്. വസന്തചന്ദ്രാലയത്തിൽ മുമ്പൊരു ജീപ്പ് ഉണ്ടായിരുന്നു. രണ്ട് വർഷമായി അത് വിറ്റിട്ട്. ജീപ്പോടിക്കാൻ ശീലിച്ചിട്ടും വളരെ അപൂർവ്വമായി മാത്രമേ ലക്ഷ്മീനാരായണൻ അത് ഉപയോഗിച്ചിരുന്നുള്ളൂ. പൂമുഖത്ത് ഇരിക്കുന്ന അതിഥികളോട് ലക്ഷ്മീനാരായണൻ ഇംഗ്ലീഷിലാണ് സംസാരിക്കുന്നത്. പാശ്ചാത്യവേഷം ധരിച്ച മധ്യവയസ്കനോട് ലക്ഷ്മീനാരായണൻ വളരെ താഴ്മയോടെ സംസാരിക്കുന്നത് മുദ്ദൻ ശ്രദ്ധിച്ചു. പൂമുഖപ്പടികൾ ഇറങ്ങിവരുന്ന അവരെ ലക്ഷ്മിനാരായണൻ അനുഗമിച്ചു. കാറ് വിശാലമായ മുറ്റം കടന്ന് ചെമ്മൺപാതയിലൂടെ കാപ്പിത്തോട്ടത്തിൽ മറഞ്ഞു. മുറ്റത്ത് നിന്ന വാസുദേവശർമ്മയുടെ മുഖം മങ്ങിയിരിക്കുന്നു.

"മുദ്ദാ... ഞാൻ പറഞ്ഞതുപോലെയല്ലെങ്കിലും മറ്റൊരു തരത്തിൽ അതു തന്നെ സംഭവിച്ചു. നമ്മുടെ വയലുകൾ ബാംഗ്ലൂരിലുള്ള ഒരു കമ്പനിക്ക് പാട്ടത്തിന് കൊടുത്തിരിക്കുന്നു. ഉരുളക്കിഴങ്ങ് കൃഷി ചെയ്യാൻ. പത്ത് വർഷത്തേക്കാണ് കരാർ. ലെയ്സ് ചിപ്സ് നിർമിക്കുന്ന കമ്പനിക്ക് ധാരാളം കിഴങ്ങുകൾ വേണമത്രെ."

മിഴിച്ചു നിന്ന മുദ്ദനെ നോക്കി വാസുദേവൻ കൃത്രിമമായി ചിരിച്ചു. എന്നിട്ട് പറഞ്ഞു,

"എടോ, അവർക്ക് നിന്നെയും നിന്റെ കിഴവൻ കാളകളേയും വേണ്ട.... ഹോ.. നിനക്ക് ഇതൊന്നും പറഞ്ഞാൽ മനസ്സിലാവില്ലല്ലോ. സോഷ്യലിസം പഠിപ്പിച്ച ഏട്ടൻ പുതിയ കാലത്തെ കുറിച്ചൊന്നും നിന്നെ പഠിപ്പിച്ചിട്ടില്ലേ? ദേശക്കാർക്ക് ഇനി പറയാം, പ്രകൃതി കർഷകനും സോഷ്യലിസ്റ്റുമായ ലക്ഷ്മീനാരായണശർമ്മ എന്നൊരു വിഡ്ഢി ഇവിടെ ജീവിച്ചിരുന്നുവെന്ന്."

ആ രാത്രിയുടെ ഇരുട്ടിന് പതിവിലും കറുപ്പുണ്ടെന്ന് മുദ്ദന് തോന്നി. മുറിയിൽനിന്നും പുറത്തുവന്ന് വരാന്തയിൽ കിടന്നു. തിരിഞ്ഞും മറിഞ്ഞും കിടന്നിട്ടും ഉറക്കം വന്നില്ല. ശ്വാസം വലിക്കാൻ പോലും ബുദ്ധിമുട്ടി.

മേടത്തിലെ കത്തുന്ന പകലുകൾ. രണ്ടാഴ്ച വേണ്ടിവന്നിട്ടുണ്ടാകും തന്നെപോലെ പ്രായം ചെന്ന എരുതുകളെ പൂട്ടി ഉഴുത് വയലിലെ കട്ടകൾ പൊളിച്ചെടുക്കാൻ. മടിയൻമാരായ ബാസവനും ജബരനും ഉഴുത് മറിച്ച വയലുകളിൽ താപ്പ്** അടിക്കുംമുമ്പെ ചിലപ്പോൾ ഒരുവട്ടംകൂടി ഉഴേണ്ടിവന്നിട്ടുണ്ട്. ഇടവപ്പാതിയിൽ ഒഴുകിവന്ന മൂലപ്പാടിയിലെ** വെള്ളം തടകെട്ടി ചാലിലൂടെ വയലിലേക്ക് ഒഴുക്കും. എക്കൽ മണ്ണും, ചളിയും വെള്ളത്തിൽ കുഴഞ്ഞ് കിടന്നാൽ മാത്രമേ നെൽച്ചെടിയുടെ വേരുകൾ തഴച്ചുവളരുകയുള്ളൂ. നാട്ടിക്കണ്ടത്തിൽ നിന്നും പറിച്ചെടുത്ത കനമുള്ള ഞാറിന്റെ കെട്ടുകൾ ഇരുകൈകളിലും തൂക്കി പെരുവരമ്പിലൂടെ നടന്നത് വെറുതെയാകുകയാണോ? വഴിതെറ്റി വയലിൽ ഇറങ്ങിയ കുറിച്യൻ ചന്തുവിന്റെ പോത്തിനെ തല്ലി ഓടിച്ചിട്ടും കോപം തീരാതെ അതിന്റെ പിന്നാലെ ചെന്ന് തെറി വിളിച്ചതും വിഡ്ഢിത്തമായിരുന്നോ? ഇക്കുറി പന്തലിന്റെ പണി നേരത്തെ തുടങ്ങേണ്ടെന്ന് ലക്ഷ്മീനാരായണൻ പറഞ്ഞത് തമാശയായിരുന്നില്ലെന്ന് ബോധ്യപ്പെട്ടു. കഴിഞ്ഞ കുറെ ദിവസങ്ങളായി അയാൾ ചിരിക്കാറില്ല, എപ്പോഴും മൗനം, ചോദിച്ചപ്പോഴൊക്കെ തലവേദനയുണ്ട്..... നീ മിണ്ടാതിരിക്ക് എന്ന് പറഞ്ഞ് ഒഴിയും.

ആകുലതകൾ മുദ്ദന്റെ മനസ്സിൽ കാട്ടുപൂച്ചയെപ്പോലെ കിടന്ന് മുരളുകയും മാന്തുകയും ചെയ്തു. പാതിരാവിൽ ആരോടും പറയാതെ

വയലിലേക്ക് ചെന്നു. അയാളുടെ കാലുകൾ അമർന്ന് കാവൽപന്തലിലെ പച്ചമുളകൾ കരഞ്ഞു. വെയിലിൽ നന്നായി കാഞ്ഞ് ഉണങ്ങുന്നതു വരെ അത് ശബ്ദിച്ചുകൊണ്ടിരിക്കും. മലമുകളിൽ നിന്നും ആഞ്ഞ് വീശിയ കാറ്റിലും മുദ്ദന്റെ ശരീരം വിയർത്തു. കണ്ണുകൾ കാടിന്റെ നിഗൂഢതയിലേക്ക് തുളച്ച് കയറി. പാലുറയ്ക്കാത്ത നെൽകതിരുകൾ ഭക്ഷിക്കാൻ മൃഗങ്ങൾ വരാറില്ല. അതിന് സ്വാദ് കുറയും. എങ്കിലും ഒരു മണി പോലും അവറ്റകൾ തൊട്ട് അശുദ്ധമാകരുത്. അക്കരെ കണ്ടത്തിൽ നേരത്തേ കാവൽ തുടങ്ങിയിരിക്കുന്നു. അവരുടെ നേർത്ത ആർപ്പുവിളികൾ.

എപ്പോഴാണ് ഉറക്കം വന്നത്. ബഹളങ്ങൾ കേട്ടാണ് മുദ്ദൻ ഞെട്ടിയുണർന്നത്. ബ്രഹ്മഗിരിയുടെ കൊടുമുടികളിൽ പകൽ വളരുകയാണ്. ഒരു യന്ത്രം നെല്ലുകൾ പിഴുതെറിയുന്നു. വെള്ളം ഒലിച്ചുപോവാതിരിക്കാൻ ഉയരത്തിൽ കിളച്ച് കാലുകൾകൊണ്ട് ചവിട്ടി ഉറപ്പിച്ച വരമ്പുകൾ മറ്റൊരു യന്ത്രം മാന്തി നിരപ്പാക്കുന്നു. ജനങ്ങൾ ചുറ്റും കൂടി നിന്ന് അസാധാരണമായ കാഴ്ചകണ്ട് ബഹളം വെക്കുന്നു. മണ്ണ് ആകാശത്തിലേക്ക് ഉയർന്നുപറക്കുന്ന ഭീതിദമായ കാഴ്ച അധികനേരം കണ്ടുനിൽക്കാൻ മുദ്ദന് കഴിഞ്ഞില്ല. പന്തലിൽ നിന്നും താഴെ ഇറങ്ങി ഓടി

വസന്തചന്ദ്രാലയത്തിന്റെ മുറ്റത്ത് എത്തിയപ്പോൾ കിതച്ചു. പ്രതിമ പോലെ നിൽക്കുന്ന ലക്ഷ്മീനാരായണന്റെ മുഖത്ത് നോക്കാൻ മുദ്ദന് ധൈര്യമുണ്ടായില്ല. പൂമുഖത്തെ ഉമ്മറപ്പടിയിൽ തലതാഴ്ത്തിയിരിക്കുന്ന വാസുദേവശർമ്മയോട് മുദ്ദൻ ശബ്ദമുയർത്തി ചോദിച്ചു.

"വെറും പതിനേഴ് ദിവസം കാത്തിരിക്കാൻ പറയാമായിരുന്നില്ലേ? നിങ്ങൾക്ക് പറ്റില്ലെങ്കിൽ ഞാൻ പറയാം. ഒരു നെൽമണി ഉണ്ടാവണമെങ്കിൽ എന്തെല്ലാം സഹിക്കണമെന്ന് ആ സാറൻമാർക്ക് അറിയില്ലല്ലോ.....". മുദ്ദന്റെ വിലാപം വസന്തചന്ദ്രാലയത്തിന്റെ മൗനം തളംകെട്ടിയ മുറ്റത്ത് വീണുടഞ്ഞു. പെപ്സികോ കമ്പനിയുടെ ചുമതലക്കാർ പതിനേഴ് ദിവസം പോയിട്ട് ഒരു മണിക്കൂർപോലും നഷ്ടപ്പെടുത്തില്ലെന്ന് എങ്ങനെയാണ് മുദ്ദനെ ബോധ്യപ്പെടുത്തേണ്ടത്. കരാറിൽ ഒപ്പ് വെയ്ക്കുമ്പോൾ ഈ കാര്യത്തെക്കുറിച്ച് അവരോട് അപേക്ഷിച്ചതും അയാൾ ഓർത്തു.

വടക്കെമുറ്റത്ത് പന്തലിച്ചുനിൽക്കുന്ന നന്ദ്യാർവട്ടച്ചെടികളുടെ അരികിൽ ഇരുന്ന് കരയുന്ന മുദ്ദന്റെ അരികിലേക്ക് രണ്ട് കാളകളെ അഴിച്ചുകൊണ്ടുവന്ന ലക്ഷ്മീനാരായണൻ ഇടറിക്കൊണ്ട് പറഞ്ഞു.

"മുദ്ദാ..... നീ എന്നോട് ക്ഷമിക്കണം.... പൊറുക്കാനാവാത്ത തെറ്റാണ് ഞാൻ നിന്നോടും നാടിനോടും ചെയ്തത്. ഈ വഴി അല്ലാതെ മറ്റു മാർഗ്ഗ

ങ്ങളൊന്നും എന്റെ മുന്നിൽ ഇല്ല. കമ്പനി തരുന്ന പ്രതിഫലം കൊണ്ട് ഞാൻ ബാങ്കിലെ കടങ്ങൾ വീട്ടി ആധാരം വീണ്ടെടുക്കാം.... എടോ പത്ത് വർഷം പത്ത് ദിവസം പോലെ പോകില്ലേ... വീണ്ടും നമ്മക്ക് ഇവിടെ കൃഷി ചെയ്യാം." മുദ്ദൻ ലക്ഷ്മീ നാരായണനെ കൂർപ്പിച്ചു നോക്കി.

സസ്യശാസ്ത്രത്തിൽ ബിരുദം നേടിയ ലക്ഷ്മീനാരായണന് നന്നായറിയാം എഫ്. സി. 5 ഇനത്തിൽപെട്ട ഉരുളക്കിഴങ്ങ് പത്ത് വർഷം കൃഷി ചെയ്ത സ്ഥലം വീണ്ടും വയലുകളായി പാകപ്പെടണമെങ്കിൽ പതിറ്റാണ്ടുകളെങ്കിലും വേണ്ടിവരുമെന്ന്. നമ്മുടെ പൂർവ്വികർ കന്യകയായ മണ്ണിൽ അനേകം വർഷം അധ്വാനിച്ചതിന്റെ ഫലമായിട്ടാണല്ലോ വയലുകൾ ഉണ്ടായത്. മണ്ണിന്റെ ഘടനാശാസ്ത്രം അനുഭവത്തിലൂടെ പഠിച്ച മുദ്ദനെ വിഡ്ഢിയാക്കാൻ ശ്രമിച്ച് പരാജയപ്പെട്ട ലക്ഷ്മീനാരായണൻ വീണ്ടും പറഞ്ഞു.

"മുദ്ദാ... നിനക്കൊരു ജോലി കമ്പനിയോട് ഞാൻ ആവശ്യപ്പെട്ടിരുന്നു. പക്ഷേ, നിനക്ക് പറ്റാവുന്ന ഒരു ജോലിയും ഉരുളക്കിഴങ്ങ് പാടത്തിലില്ല. നീയും ഞാനുമൊക്കെ വാസുദേവൻ ഇടയ്ക്ക് പറയുന്ന പോലെ പേക്കോലങ്ങളല്ലേ..... ഈ കാളകളെ നീ കൊണ്ടുപോയിക്കോ.... എന്നിട്ട് നെല്ലിനെ സ്നേഹിക്കുന്ന നാട്ടിൽചെന്ന് കൃഷി ചെയ്ത് ജീവിക്ക്."

രണ്ടായിരത്തിന്റെ ഏതാനും നോട്ടുകൾ ലക്ഷ്മീനാരായണൻ കീശയിൽനിന്നും എടുത്ത് മുദ്ദന്റെ വലതു കയ്യിൽ വെച്ച് വിരലുകൾ മടക്കി. ഇത് പ്രതിഫലമൊന്നുമല്ലെടോ.... അല്ലെങ്കിലും നിന്റെ കടം വീട്ടാൻ എന്റെ കയ്യിലൊന്നുമില്ലല്ലോ......"

ബ്രഹ്മഗിരിയിൽനിന്നും എത്തിയ കാറ്റിൽ കരിയിലകളും നോട്ടുകളും വസന്തചന്ദ്രാലയത്തിന്റ മുറ്റത്ത് പാറിനടന്നു.

***പിടാവ് - കാലികൾ രാത്രി കിടക്കുന്ന ഇടം*

***എരുതുകൾ - കാളകൾ*

***തട്ട - കാലികളുടെ കഴുത്തിൽ കെട്ടുന്ന മരംകൊണ്ടുള്ള മണി*

*** പരമ്പ് - വാതിൽ*

***കാരിക്കോൽ - മുളകൊണ്ടുള്ള വടി.*

***താപ്പ് - നെരപ്പലക*

***മൂലപ്പാടി - കാട്ടിൽനിന്നും ഒഴുകിവരുന്ന അരുവി*

ഹൊസ്സനഹള്ളിയിലെ വേനൽമഴ

നരച്ച ആകാശത്തിന് കീഴെ വരണ്ടുകിടന്ന വയലിലൂടെ നളിനാക്ഷൻ തിരക്കിട്ട് നടന്നു. അവസാനിക്കില്ല എന്ന് തോന്നിച്ചിരുന്ന വയൽ വനാതിർത്തിയോട് ചേർന്ന പുഴയുടെ കരയിൽ ലയിച്ചു. വിയർപ്പിൽ കുതിർന്ന മുഖം തോളിലെ തുണിസഞ്ചിയിൽ നിന്നും തോർത്ത് എടുത്ത് തുടച്ചുകൊണ്ട് തിരിഞ്ഞുനോക്കി. വെയിൽ പരന്ന വയലുകളിൽ ഒരു ജന്തുവിനെയും കാണാനില്ല.

പാലം കടന്നപ്പോൾ കർണ്ണാടകത്തിന്റെ ഫോറസ്റ്റ് ചെക്ക് പോസ്റ്റ് കണ്ടു. റോഡിനരികിൽ ചിതറിക്കിടക്കുന്ന കടകൾ. ആൾക്കൂട്ടങ്ങൾക്കിടയിൽ ഒരു വെളുത്ത മനുഷ്യനെയും കാണാനില്ല. എല്ലാവർക്കും ദ്രാവിഡരുടെ ഇരുണ്ട നിറം. ചായക്കടയിൽ ഇരിക്കുന്നവർ കന്നട ഭാഷയിലാണ് സംസാരിക്കുന്നത്. ഉച്ചയ്ക്ക് മാനന്തവാടിയിൽനിന്നും ഊണ് കഴിച്ചതിൽ പിന്നെ തൊണ്ട അനക്കിയിട്ടില്ല. ബസ്സിന്റെ സമയം കഴിഞ്ഞപ്പോൾ ഹൊസ്സനഹള്ളിയിലേക്ക് ഒരു ജീപ്പ് കിട്ടി. ബാവലിയ്ക്ക് വഴിയിൽ വെച്ച് ജീപ്പ് കിതച്ചുനിന്നു. അതിന്റെ ആന്തരിക അവയവങ്ങൾ കേടായിരിക്കുന്നു.

"*ഗ്യാഡി കെട്ട് ഓഗിതേ... ഇറങ്കി നടക്കണം."

ഡ്രൈവർ കന്നടയും മലയാളവും കലർന്ന വികൃതമായ ഭാഷയിൽ പറഞ്ഞു.

"**ബാവലി അല്ലി ഓദാരേ ബേഗേ ഗ്യാഡി ശിഗ്തുഗുദേ....."

ജീപ്പിൽ നിന്നിറങ്ങിയ മദ്ധ്യവയസ്കൻ പറഞ്ഞു.

ഡ്രൈവറുടെ സീറ്റിനരികിൽ ഇരുന്ന രണ്ട് പേരും പിറകിൽ വളം നിറച്ച ചാക്കുകൾക്കിടയിൽ ഇരുന്നവരും വെയിൽ മങ്ങുന്നത് കാത്ത് നിൽക്കാതെ നടന്നു. ഏറെ നേരം സംശയിച്ച് നിന്ന നളിനാക്ഷൻ ഒടുക്കം നടക്കാൻ തന്നെ തീരുമാനിച്ചു.

ചായക്കടയിലെ അഴുക്കു പിടിച്ച ബഞ്ചിൽ നളിനാക്ഷൻ സങ്കോചത്തോടെ ഇരുന്നു. നാലുപാടും നോക്കി. ചുമരിൽ തൂക്കിയിട്ട കന്നട ഭാഷയിലുള്ള കലണ്ടറുകൾക്കിടയിൽ മാനന്തവാടിയിലെ നീലിമ ടെക്സ്റ്റൈൽ

സിന്റെ കലണ്ടർ പ്രത്യേകം ശ്രദ്ധിച്ചു. വർഷങ്ങൾ ഏറെ കഴിഞ്ഞിട്ടും അതിന്റെ തിളക്കം മാഞ്ഞിട്ടില്ല. കന്നടഭാഷയിൽ സംസാരിച്ചിരുന്നവർ നളിനാക്ഷനെ തുറിച്ചുനോക്കി. ഉയരം കുറഞ്ഞ കറുത്ത് തടിച്ച ഒരാൾ നളിനാക്ഷനെ അടിമുടി നോക്കിയിട്ട് ചോദിച്ചു.

"ഇങ്ങള് മലയാള്യാ....?"

നളിനാക്ഷന്റെ കണ്ണുകൾ തെളിഞ്ഞു മുഖം പ്രസന്നമായി.

"അതെ...എങ്ങിനെ മനസ്സിലായി."

"ഗൗഡർക്കും മൂഷിമർക്കും ഇത്ര വെളുപ്പില്ല. ഏട്യാ നാട്?"

"തിരൂരിനടുത്താണ്."

"ഇങ്ങള് നായരോ, നമ്പൂര്യോ?"

നളിനാക്ഷൻ അപരിചിതനെ അത്ഭുതത്തോടെ നോക്കി. എന്നിട്ട് ശബ്ദം കുറച്ച് പറഞ്ഞു.

"ബ്രാഹ്മണൻ"

"ഇന്റെ പേര് വേലായുധൻ. കണ്ണൂര് ഇരിട്ടിയാ നാട്."

നളിനാക്ഷന്റെ അരികിലേക്ക് വന്നിരുന്ന വേലായുധൻ വീണ്ടും ചോദിച്ചു.

"ഇങ്ങള് ഏട്യാ പോണേ....?"

"ഹൊസ്സനഹള്ളിയിൽ. അവിടെ ഒരു ദേവീക്ഷേത്രമുണ്ട്. എന്റെ ബന്ധുവാണ് അവിടെ ശാന്തി. അയാൾക്ക് നാട്ടിൽ പോവണം."

ചായ കുടിച്ച പണം നളിനാക്ഷൻ കൊടുക്കാൻ ശ്രമിച്ചപ്പോൾ വേലായുധൻ തന്നെ കാശ് കൊടുത്തു. അവർ പുറത്തേക്കിറങ്ങി.

ഇരുട്ട് ബാവലിക്ക് ചുറ്റും വളരാൻ തുടങ്ങി. സന്ധ്യയ്ക്ക് മുമ്പെ ഇവിടെ ഇരുട്ടി തുടങ്ങിയിരിക്കുന്നു. നാട്ടിലാണെങ്കിൽ ഏഴുമണികഴിഞ്ഞാലേ ഇരുട്ട് വീഴൂ.... റോഡിന്റെ വലത് ഭാഗം വനമാണ്. ഇടത് ഭാഗം ബാവലിയുടെ കരയിലെ കൊയ്തുകഴിഞ്ഞ വയലുകൾ.

"ഈട്ന്നിനി കൊറച്ചൂടി പോയാല് ഹൊസ്സനഹള്ളിയിലെത്തും." പുക ഊതിക്കൊണ്ട് വേലായുധൻ പറഞ്ഞു.

"അഞ്ച് മണിക്ക് മാനന്തവാടീന്നും എടുക്കുന്ന ആനബണ്ടിയുണ്ട്. കുറച്ച് നേരം പോയി. ചെലപ്പം ബരില്ലായിരിക്കും." നളിനാക്ഷന്റെ മുഖം

മങ്ങി. വേലായുധൻ ബീഡിക്കുറ്റി റോഡിലേക്ക് വലിച്ചെറിഞ്ഞു. എന്നിട്ട് അതിലേക്ക് തുപ്പിക്കൊണ്ട് പറഞ്ഞു.

"പേടിക്കേണ്ടപ്പാ.. ഞാനും അങ്ങോട്ട്ന്യാ"

"വേലായുധേട്ടന് എന്താ ജോലി?"

അയാൾ കേടുപിടിച്ച് അടർന്ന പല്ലുകൾ കാട്ടി ചിരിച്ചുകൊണ്ട് പറഞ്ഞു.

"കൃഷി... സ്ഥലം ഞമ്മളേതല്ല. പാട്ടത്തിന് മേടിച്ചതാ..." പിന്നെയും ചിരിച്ചു.

"പൈസ കിട്ടിയാൽ ഞമ്മള് എന്തും ചെയ്യും. ആശാരിപ്പണിയാ ഞമ്മളെ കുലത്തൊഴിൽ. എന്നാൽ ആശാരിമാർക്ക് ഒരു തൊഴിലൂല്ലപ്പാ ആടെ..."

നളിനാക്ഷൻ അതിശയത്തോടെ അയാളുടെ മുഖത്തേക്ക് നോക്കി.

"ഗൗഡരും മൂഷിമറുമാണ് ആടെ താമസം. ഗൗഡർമാര് പണ്ട് കാലത്ത് ഉണ്ടാക്കിയ ഓരുടെ ബല്ല്യ വീട്ടിൽ ഒരു കസാര പോലും ഇന്ന് ഉണ്ടാക്കേണ്ടപ്പാ. പിന്നെ മൂഷിമാർക്ക് കുടിലുകെട്ടാൻ മൊളേം കാട്ടുമരോം പുല്ലും മതി." വേലായുധൻ വീണ്ടും ചിരിച്ചു. ചിരി അയാൾക്ക് ഒട്ടും യോജിക്കുന്നില്ല എന്ന് നളിനാക്ഷന് തോന്നി. അതിവേഗതയിൽ വന്ന ബൊലേറോ ജീപ്പ് പൊടിപറത്തിക്കൊണ്ട് അവരുടെ മുന്നിൽ നിന്നു.

"ഡേ, വേലായുധണ്ണാ കേറ്......"

വേലായുധൻ ജീപ്പിന് അരികിൽ ചെന്ന് സംസാരിച്ചശേഷം തിരിഞ്ഞ് നോക്കി നളിനാക്ഷനോട് വണ്ടിയിൽ കയറാൻ പറഞ്ഞു. ജീപ്പ് വന പാതയിലൂടെ ഓടുകയല്ല പറക്കുകയാണ്. വലിയ വളവുകളൊക്കെ അത് എടുത്തെറിയുന്നതുപോലെ ഒടിക്കുന്നു. വേലായുധൻ നളിനാക്ഷന് അവരെ പരിചയപ്പെടുത്തി.

"ജീപ്പ് തിരിക്കുന്നത് ജോണി, ഓന്റേതാ വണ്ടി. ഓലെ അടുത്തിരിക്കുന്നത് ബേബിച്ചൻ"

വേലായുധൻ പിറകിലെ സീറ്റിൽ ചുരിദാർ ധരിച്ചിരിക്കുന്ന യുവതിയെ നോക്കിയപ്പോൾ ബേബിച്ചൻ പറഞ്ഞു.

"ഇത് റോസ്സി, ഞങ്ങൾടെ ബെസ്റ്റ് ഫ്രണ്ടാ..... നേഴ്സിംഗിന് പഠിക്കുന്നു. ഒരു പ്രോഗ്രാം കഴിഞ്ഞ് മൈസൂർക്ക് തിരിച്ച് പോകുകയാ ....."

വേലായുധൻ റോസ്സിയെ കണ്ണുകൾകൊണ്ട് പ്രാപിച്ചു. ജോണിയും ബേബിച്ചനും കന്നടയും മലയാളവും ഇടകലർത്തി സംസാരിച്ചു. അവർ സംസാരിക്കുന്നതിനിടയിൽ വേലായുധൻ അയാളുടെ ബലിഷ്ഠമായ കൈവിരലുകളാൽ റോസ്സിയുടെ ദേഹത്ത് തൊട്ടു. വിരലുകൾ നിയന്ത്രണം വെടിഞ്ഞപ്പോൾ അവൾ വെറുപ്പോടെ കൈകൾ എടുത്ത് മാറ്റി. വികാരപ്പകർച്ചയിലിരുന്ന വേലായുധന്റെ മുഖത്ത് ജാള്യത വിരിഞ്ഞു. ആരോ പിടിച്ച് നിർത്തിയപോലെ ജീപ്പ് അലറിക്കൊണ്ട് വഴിയിൽ നിന്നു. അതിന്റെ മർദ്ദത്തിൽ എല്ലാവരും കുലുങ്ങി. ഹെഡ്‌ലൈറ്റിന്റെ വെളിച്ചത്തിൽ ഏതാണ്ട് മുപ്പത് മീറ്റർ അകലെ റോഡിൽ ഒറ്റക്കൊമ്പൻ നിൽക്കുന്നു. അവൻ ജീപ്പിന് നേരെ നോക്കി പകയോടെ അലറി. ജോണി ജീപ്പ് റെയിസ്സാക്കി മുന്നോട്ട് എടുക്കാൻ തുനിഞ്ഞപ്പോൾ വേലായുധൻ ഉച്ചത്തിൽ പറഞ്ഞു.

“ജോണീ ബേണ്ട.... ഓൻ ചൊറയാക്കും.”

തങ്ങളുടെ വഴിത്താരയിൽ അതിക്രമിച്ചുവന്ന മനുഷ്യനിർമ്മിതമായ ഭൗതിക വസ്തുവിനോട് ആനയ്ക്ക് ഒരുതരത്തിലും പൊരുത്തപ്പെടാൻ കഴിഞ്ഞില്ല. അവൻ വീണ്ടും അലറി. കാടിന്റെ നിശ്ശബ്ദതയിൽ ആ ശബ്ദം പ്രകമ്പനം കൊണ്ടു. ജോണി വണ്ടി റെയ്സ് ചെയ്തെങ്കിലും മുന്നോട്ടെടുത്തില്ല. റോസി ഭയം പൂണ്ടിരുന്നു. വേലായുധൻ നളിനാക്ഷനോട് “പേടിയുണ്ടോ” എന്നു ചോദിച്ചു. നളിനാക്ഷൻ ചിരിച്ചുകൊണ്ട് പറഞ്ഞു.

“ഏയ്... എനിക്ക് മനുഷ്യനെയാണ് പേടി.”

അൽപ്പനേരം നിന്ന ആന റോഡ് മുറിച്ച് കടന്ന് കാട്ടിലേക്ക് ഗാംഭീര്യം കൈവെടിയാതെ നടന്നകന്നു. ഹൊസ്സനഹള്ളിയിലെത്തുമ്പോൾ സമയം ഏഴര മണി. ജീപ്പ് വിദേശമദ്യഷോപ്പിന്റെ അരികിൽ ആരും പറയാതെ തന്നെ നിന്നു. ബേബിച്ചൻ ജോണിയോട് കന്നടയിൽ എന്തോ പറഞ്ഞ് താഴേക്കിറങ്ങി. വേലായുധന്റെ കണ്ണുകൾ വീണ്ടും റോസ്സിയുടെ ശരീരത്തിലേക്ക് ഇഴഞ്ഞു. ബേബിച്ചൻ കുപ്പികളുമായി വന്ന് ജീപ്പിൽ കയറിയിരുന്ന് പറഞ്ഞു.

“റോസീ..... അച്ചായൻ നിന്റെ എക്കൗണ്ടിൽ കാശ് ഇട്ടിട്ടില്ല.”

“വിളിച്ചിരുന്നു രാവിലേയേ കയറത്തുള്ളു. എന്നാ ചെയ്യാ, ബാങ്കിന്റെ സെർവർ പ്രോബ്ലം” ജോണി ജീപ്പിന്റെ വേഗത കുറച്ചു, എന്നിട്ട് പറഞ്ഞു.

“അണ്ണാ.... നിങ്ങൾടെ വീട് കാലിയല്ലേ. റോസിക്ക് കൊടുക്കാനുള്ള കാശ് നാളെ കാലത്തേ അക്കൗണ്ടിലേക്ക് കയറത്തുള്ളൂ. ഇന്ന് രാത്രി അവിടെ തങ്ങിക്കോട്ടെ..”

“അതെന്നാ പണിയാ ബേബിച്ചാ... നമ്മൾ പറഞ്ഞുറപ്പിച്ചത് അങ്ങനെയല്ലല്ലോ....” റോസിയുടെ മുഖം കറുത്തു.

“ഓക്കെ റോസി. നാളെ മാനേജ് ചെയ്യാം. സോറി. ക്ലാസ് തുടങ്ങുന്നത് എട്ടാം തിയ്യതിയല്ലേ....”

അനിർവ്വചനീയമായ സന്തോഷത്തോടെ വേലായുധൻ റോസിയെ വീട്ടിൽ താമസിപ്പിക്കാൻ സമ്മതിച്ചു.

“രാസാത്തി ഉന്നെ കാണാതിരുന്നാൽ..” സ്റ്റീരിയോയിൽ വന്നപാട്ട് ബേബിച്ചൻ ഏറ്റ് പിടിച്ചു. ജീപ്പ് ഹൊസ്സനഹള്ളിയിലെ തെരുവ് കടന്ന് വീണ്ടും ഓടാൻ തുടങ്ങി.

“വേലായുധേട്ടാ... ഞാനിവിടെ ഇറങ്ങട്ടെ. നളിനാക്ഷൻ ആകാംക്ഷയോടെ പറഞ്ഞു.”

വേലായുധൻ ചിരിച്ചുകൊണ്ട് പറഞ്ഞു.

“ഇന്ന് താമസം എന്റെ എപ്പരം... നാളെ രാവിലെ കുളിച്ച് പിടിച്ച് അമ്പലത്തിലേക്ക് പോകാം.” നളിനാക്ഷൻ ചിരിച്ചു.

നളിനാക്ഷന്റെ ഭംഗിയുള്ള ചിരി ആസ്വദിച്ച് കൊണ്ട് വേലായുധൻ പറഞ്ഞു.

“നിന്റേത് വഹസ്സുള്ള ഗ്ലാമറാ.... എന്താ ചിരി.....”

ജീപ്പ് റോഡിന്റെ ഇടത് വശത്തെ ചെമ്മൺ പാതയിലേക്ക് തിരിഞ്ഞു. നളിനാക്ഷൻ ജീപ്പിന്റെ പിറകിലേക്ക് കണ്ണുകൾ ഓടിച്ചു. രാത്രിയുടെ വന്യതയിൽ മഞ്ഞും ഇരുട്ടും നേർത്ത നിലാവും ചേർന്ന് അനേകം അമൂർത്ത ചിത്രങ്ങൾ വരച്ചിട്ടു. ഒന്ന് ഉൾക്കൊള്ളും മുമ്പെ മാറി മറ്റൊന്നാകുന്നു. കാടുകൾക്ക് കനം കുറഞ്ഞുവന്നു. ഇരുവശങ്ങളിലും തോട്ടങ്ങൾ. മഞ്ഞയും ചുവപ്പും പച്ചയും കലർന്ന തുടുത്ത കുരുമുളക് കുലകൾ, വാടിയ കാപ്പിച്ചെടികൾ, തളിർത്ത ഇഞ്ചിത്തോട്ടങ്ങൾ. ഒരു തച്ചൻ ഒരേ അളവിൽ പണിഞ്ഞപോലുള്ള കൊച്ചുകുടിലുകൾ. ഇരുമ്പ് വേലികൾക്ക് മുന്നിൽ ജീപ്പ് നിന്നു.

രണ്ട് കിടപ്പുമുറികൾ, അടുക്കളയിൽ തന്നെയാണ് തീൻമേശയും. വരാന്തയിൽ ഗാന്ധിജിയുടെയും നെഹ്റുവിന്റെയും പടങ്ങൾ; വയനാട് ജില്ലാ ബാങ്കിന്റെ കലണ്ടർ; അതിനടുത്ത് സിനിമാനടി രംഭയുടെ ഗ്ലാമർ ചിത്രം. നളിനാക്ഷന്റെ കണ്ണുകൾ അഴിച്ചിട്ട കുതിരയെപ്പോലെ നാലുപാടും സഞ്ചരിച്ചു. റോസി കിടപ്പുമുറിയിലേക്ക് കയറി വാതിൽ അകത്ത് നിന്നും അടച്ചു. ജോണിയും ബേബിച്ചനും വേലായുധനും അടുക്കളയിലേക്ക് കയറി.

"ഈടെ ഇപ്പം സൗകര്യക്കെ കുറവാ, ഈടെരിക്കപ്പാ.."

വേലായുധൻ നളിനാക്ഷന് ഒരു സ്റ്റൂൾ നീക്കിയിട്ടു കൊണ്ട് പറഞ്ഞു. പ്ലാസ്റ്റിക് ഷീറ്റ് പുതച്ച മരമേശയ്ക്കരികിലെ സ്റ്റൂളുകളിൽ അവർ ഇരുന്നു. വേലായുധൻ നാലു ഗ്ലാസ്സുകൾ എടുത്ത് ടാപ്പിൽനിന്നും കഴുകി ജഗ്ഗിൽ വെള്ളം നിറച്ച് നളിനാക്ഷനെ നോക്കി ചോദിച്ചു.

"കുടിക്കില്ലേ...?"

കറുത്ത നിറമുള്ള കർണ്ണാടകത്തിന്റെ ബ്രാണ്ടി ജോണി നാല് ഗ്ലാസി ലേക്കും തുല്യമായി ഒഴിച്ചു. വേലായുധൻ ജഗ്ഗിൽനിന്നും അതിലേക്ക് വെള്ളമൊഴിച്ചു. ബേബിച്ചൻ ഒരു ഗ്ലാസ്സ് എടുത്ത് ചിയേർസ് പറഞ്ഞ് ഒറ്റവലിക്ക് കുടിച്ചു. വേലായുധൻ അതിലും തിടുക്കത്തിൽ കുടിച്ച് ഗ്ലാസ്സ് ശബ്ദത്തോടെ മേശപ്പുറത്ത് വെച്ച് ബീഡിക്ക് തീക്കൊളുത്തി. അച്ചാറ് തൊട്ടുനക്കിയിട്ടാണ് ജോണി കുടിച്ച് തീർത്തത്. നളിനാക്ഷൻ ഒരു കവിൾ നുണഞ്ഞ് കൊണ്ട് ചോദിച്ചു.

"നിങ്ങളെന്തിനാണ് കുടിക്കാൻ ഇത്രയും തിടുക്കം കാണിക്കുന്നത്.?"

"ചേട്ടായി ഇത് നാരങ്ങാ സർബത്തല്ല. നിങ്ങള് കഴിച്ചത് പോലെയാ ണെങ്കിൽ ഞങ്ങള് വാള് വെയ്ക്കും."

ജോണി രണ്ടാമത്തെ തവണയും മദ്യം ഒഴിച്ചുകൊണ്ട് പറഞ്ഞു. "നിങ്ങള് മദ്യപിക്കില്ല എന്നാണ് ഞാൻ കരുതിയത്."

"അണ്ണൻ വെജിറ്റേറിയൻ അല്ലേ....?"

മദ്യം മൊത്തി കുടിച്ചശേഷം നളിനാക്ഷൻ പറഞ്ഞു. മദ്യം ശുദ്ധ വെജിറ്റേറിയനാണ്. ധാന്യങ്ങളും പഴങ്ങളും കൊണ്ടാണല്ലോ അത് നിർമ്മിക്കുന്നത്.

റോസ്സി കുളിച്ച് വസ്ത്രങ്ങൾ മാറിയപ്പോൾ വീണ്ടും സുന്ദരിയായി. കടുംനീലയിൽ വെളുത്ത വരകളുള്ള നൈറ്റിയാണ് ധരിച്ചത്. ബേബി ച്ചൻ അവളെ അടിമുടി നോക്കിക്കൊണ്ട് പറഞ്ഞു,.

റോസ്സി, അച്ചാറ് മടുത്തു. ഓംലെറ്റ് ഉണ്ടാക്കിത്തരാമോ.. റോസി ഗ്യാസ് അടുപ്പ് കത്തിച്ചു. വേലായുധൻ പ്ലാസ്റ്റിക് ഡബ്ബയിൽനിന്നും കോഴിമുട്ട കൾ എടുത്ത് കൊടുക്കുമ്പോൾ ബോധപൂർവ്വം അവളുടെ വിരലുകൾ സ്പർശിക്കാൻ മറന്നില്ല. മുളകും ഉള്ളിയും അരിയുന്നതിനിടയിൽ റോസി ഒരു കവിത ചൊല്ലി.

കാലത്തിന്റെ ദൈർഘ്യമല്ല പ്രണയത്തിന്റെ ആഴം

അത് ഹൃദയത്തിൽ കൊത്തിവെച്ച കണ്ണുകളാണ്

കണ്ണുകൾ ചിത്രകാരന്റെ കൈവിരലുകളാണ്

ശിൽപ്പിയുടെ ചുറ്റികയാണ്

വിപ്ലവകാരിയുടെ ഒടുങ്ങാത്ത സ്വപ്നങ്ങളാണ്.

നളിനാക്ഷൻ കവിത ശ്രദ്ധിച്ച് കേട്ടശേഷം റോസ്സിയോട് ചോദിച്ചു. “ആരാണ് ഈ കവിത എഴുതിയത്.”

റോസി ചിരിച്ചുകൊണ്ട് പറഞ്ഞു. “കവയിത്രി ഞാനാണ്. റോസി അഗസ്റ്റിൻ കൂട്ടുപുഴ. അങ്ങിനെയും ഒരു ഭ്രാന്തുണ്ട്.”

ആവി പറക്കുന്ന ഓംലെറ്റ് സ്റ്റീൽ തളികയിൽ തീൻമേശയിലെത്തി. ജോണി മൂന്നാമത്തെ പെഗ്ഗ് അകത്താക്കി നളിനാക്ഷന്റെ ഒഴിഞ്ഞ ഗ്ലാസ്സിലേക്ക് നോക്കി.

നളിനാക്ഷൻ ഓംലെറ്റ് എടുത്ത് ചവച്ചു എന്നിട്ട് ചിരിച്ചുകൊണ്ട് പറഞ്ഞു.

“എല്ലാം ഒരു വിശ്വാസം. ദൈവം ഉണ്ടെന്നും ഇല്ലെന്നും....കുലത്തൊഴിൽ തീരുമാനിച്ചത് മതം. ജാതി നിർണ്ണയിച്ചതും ദൈവമല്ല. മതങ്ങളാണ്. മതം ചിലപ്പോഴൊക്കെ മനുഷ്യനെ മയക്കുന്ന കറുപ്പാകും. ഭൗതിക ശാസ്ത്രത്തിൽ പി. ജി. എടുത്ത ഞാനാണ് എന്റെ ഗ്രാമത്തിലെ അമ്പലത്തിലെ കീഴ്ശാന്തി.”

തണുത്ത കാറ്റ് പൊന്തക്കാടുകളെ ഇളക്കി. ചാറ്റൽമഴ അതിന് പിറകെ ചിണുങ്ങി വന്നു. മുറ്റത്തേക്ക് തുറന്ന് വെച്ച അടുക്കളവാതിൽ കാറ്റ് വന്ന് അടച്ചു. ബേബിച്ചനും ജോണിയും ലഹരിയിൽ ഉറക്കെ സംസാരിച്ചു. വേലായുധൻ കുപ്പിയിലെ അവസാനത്തെ പെഗ്ഗും കഴിച്ച് ബീഡി വലിച്ചൂതി. ലഹരി അയാളിലെ പൗരുഷം ചോർത്തിക്കളഞ്ഞു. അയാൾ കുട്ടികളെപ്പോലെ വിലപിക്കാൻ തുടങ്ങി.

കാറ്റ് വൃക്ഷത്തലപ്പുകളെ ഇളക്കി കടന്നുപോയി. ദൂരെ ആകാശത്ത് കൊച്ചുമിന്നൽപ്പിണരുകൾ തെളിഞ്ഞു.

“ചേട്ടായി.... ഞങ്ങൾ പോയേക്കുവാ... ഈ ചങ്കിനെ നോക്കിക്കോണം.”

നളിനാക്ഷൻ അവരുടെ മുഖത്തേയ്ക്ക് ഗൗരവത്തോടെ നോക്കി. ജോണി താഴേക്കിറങ്ങി പറഞ്ഞു.

“ഇന്ന് ചേട്ടായിയുടെ ദിവസമാണ് വേലായുധണ്ണൻ കീറിയാൽ പെണ്ണൊരുത്തിയാകും.”

അവർ മുറ്റത്തേയ്ക്കിറങ്ങി. ജോണി തിരിഞ്ഞുനിന്ന് പറഞ്ഞു. “റോസി, ഞങ്ങള് രാവിലെ ഏഴുമണിയ്ക്ക് വരും റെഡിയായി നിന്നോളൂ..... ഗുഡ്നൈറ്റ്.”

ജീപ്പിന്റെ വെളിച്ചം പൊന്തക്കാടുകൾക്കിടയിലൂടെ മുറ്റത്തേയ്ക്കും വരാന്തയിലേക്കും വന്നു. എന്നിട്ട് ഇരുട്ടിൽ ഇളകികൊണ്ട് മറഞ്ഞു. ഉണക്കചെമ്മീൻ കറിയും കുറുവഅരിയുടെ ചോറും തക്കാളിക്കറിയും റോസി തീൻമേശയിൽ വെച്ചുകൊണ്ട് ചോദിച്ചു.

“സാറ് മീൻകറി കഴിക്കത്തില്ലേ?... മറ്റൊന്നും ഇവിടെ കാണാനില്ല.”

വേലായുധൻ കൈകൾ കഴുകാതെ ചോറ് ആർത്തിയോടെ വാരിക്കഴിച്ചു. അയാളുടെ മുഖത്ത് അവിടടെയായി അന്നം ഒട്ടിനിന്നു.

തണുത്തകാറ്റ് വീണ്ടും ചിറക് വിടർത്തി പറന്നുവന്നു. കൂടെ ആകാശത്തിൽ നിന്നും ആലിപ്പഴങ്ങളും. മുറ്റത്ത് വീണ് ചിതറിയ ആലിപ്പഴങ്ങൾ മണ്ണിൽ അലിഞ്ഞ് അദൃശ്യമായി. റോസി വരാന്തയിൽനിന്നും മുറ്റത്തേയ്ക്ക് കൈകൾ നീട്ടി ചിരിച്ചപ്പോൾ അവളുടെ പല്ലുകൾ ആലിപ്പഴങ്ങളെ പോലെ തിളങ്ങി.

“മേടത്തിലെ മഴയുടെ തുടക്കം ഇങ്ങിനെയാണ്.” റോസി മുറ്റത്തേയ്ക്കിറങ്ങി നിന്ന് പറഞ്ഞു.

കാറ്റിന് കാട്ടുപൂക്കളുടെ ഗന്ധം. വേലായുധൻ തീൻമേശയ്ക്കുമേൽ തല ചാരിവെച്ച് കൂർക്കം വലിക്കുന്നു. നളിനാക്ഷൻ റോസിയുടെ അരികിലേയ്ക്ക് ഇറങ്ങിചെന്നു. കാറ്റിന് വേഗതയും തണുപ്പും വർദ്ധിച്ചു.

“റോസീ നീ ആരാണ്....?”

റോസി നളിനാക്ഷന്റെ മുഖത്തേയ്ക്ക് നോക്കി ചിരിച്ചു. ആലിപ്പഴങ്ങൾ അവരുടെ ദേഹത്ത് വീണുടഞ്ഞു. അത് ഇക്കിളിയും കുളിരും തരിപ്പും ഉണ്ടാക്കി.

“സർ, മലഞ്ചരിവുകളിലെ വേനൽമഴയ്ക്ക് ഇങ്ങനെ ചില അത്ഭുതങ്ങളുണ്ട്.”

“ഈ സാറ് വിളി ഒന്ന് ഒഴിവാക്കിക്കൂടേ....?”

അധികനേരം അവർക്കവിടെ നിൽക്കാൻ കഴിഞ്ഞില്ല. വേനൽമഴ ശീൽക്കാരത്തോടെ ചീറി വന്നു. വരാന്തയിലെ മരബെഞ്ചിൽ ഇരുവരും മഴച്ചാറ്റലിൽ നനഞ്ഞിരുന്നു. മഴ ആരവത്തോടെ മുറ്റത്ത് പെയ്തിറങ്ങി.

“റോസി നീ എന്തിനാണ് ഈവഴി തിരഞ്ഞെടുത്തത്.....?”

“ഒന്നിൽ കൂടുതൽ സ്ത്രീകളുമായി ശയിക്കുന്നവരെ നിങ്ങൾ ആണുങ്ങൾ എന്ത് പേരാണ് വിളിക്കുന്നത്? അവരുടെ സദാചാരത്തെക്കുറിച്ച് നിങ്ങളുടെ അഭിപ്രായം ഇതുതന്നെയാണോ...?” അവളുടെ വെളുത്ത് നീണ്ട കൈ വിരലുകൾ സ്പർശിച്ചുകൊണ്ട് അയാൾ പറഞ്ഞു.

“ഞാൻ തോറ്റിരിക്കുന്നു.”

“എപ്പോഴും തോൽക്കുന്നത് സ്ത്രീകളാണ്. പുരുഷ മേധാവിത്വത്തിന്റെ നുകത്തിന് കീഴെയാണെല്ലോ ഈ ഭൂമി കറങ്ങുന്നത്. ഞാൻ മൈസൂരിലെ സ്വകാര്യ ആശുപത്രിയിലെ അവസാനവർഷ നേഴ്സിംഗ് വിദ്യാർഥിനിയാണ്. കർഷകരാണ് നമ്മുടെ രാജ്യത്ത് ഇന്ന് ഏറ്റവും ദുരിതമനുഭവിക്കുന്ന ജനവിഭാഗം.... കർഷകന്റെ മകളായ റോസിക്ക് പഠനത്തിന് പണം ആവശ്യമാണ്. എങ്കിലും ഞാൻ പറയട്ടെ, എന്റെ മനസ്സ് ഇതുവരെ പങ്കിലമായിട്ടില്ല. വളരെ അധികം മുഖങ്ങൾ ഒന്നും ഞാൻ കണ്ടിട്ടില്ല. നിങ്ങളുടെ ഈ ചുരുണ്ട മുടിയും ഭംഗിയുള്ള പല്ലും ഈ ചിരിയും എനിക്ക് ഇഷ്ടമായി.. വളരെയേറെ..... എന്റെ കവിതകളെപ്പോലെ തന്നെ.”

“പണം സ്വരൂപിക്കാൻ വേറെയും വഴികളുണ്ടല്ലോ... റോസി തിരഞ്ഞെടുത്ത മാർഗ്ഗം ഒരു പൊതുസമൂഹത്തിനും അംഗീകരിക്കാൻ കഴിയില്ല. റോസീ..... നീ വാതിലടച്ച് കിടന്നോളൂ. ഞാനിവിടെ തനിച്ച് ഇരുന്നോട്ടെ. ശുഭരാത്രി.....”

റോസിയുടെ ചുവന്ന കവിൾത്തടം കറുത്തു. കണ്ണുകൾ വാടി. ദൂരെ ആകാശച്ചെരുവിൽ മഴമേഘങ്ങൾ ആലിംഗനം ചെയ്തു. മിന്നൽപ്പിണറുകൾ ഭൂമിയിലേക്ക് വെളിച്ചം വാരിവിതറി. റോസി കൈവിരലുകൾകൊണ്ട് മുഖം അമർത്തി തേങ്ങി. അവളുടെ തേങ്ങലുകൾ മഴയുടെ ശബ്ദത്തിൽ അമർന്നു. ഹൊസ്സനഹള്ളിയിൽ മാത്രമല്ല പശ്ചിമഘട്ടത്തിന്റെ താഴ്വരകളിലാകെ അന്ന് മഴ തിമിർത്തു പെയ്തു.

**വണ്ടി കേടായി.*

***ബാവലിയിൽ ചെന്നാൽ മറ്റൊരു വണ്ടി കിട്ടും.*